க:க

அகர முதல எழுத்தெல்லாம் ஆதி
பகவன் முதற்றே உலகு

க:உ

கற்றதனால் ஆய பயனென்கொல் வாலறிவன்
நற்றாள் தொழாஅர் எனின்

க:ங

மலர்மிசை ஏகினான் மாணடி சேர்ந்தார்
நிலமிசை நீடுவாழ் வார்

க:ச

வேண்டுதல் வேண்டாமை இலானடி சேர்ந்தார்க்கு
யாண்டும் இடும்பை இல

க:ரு

இருள்சேர் இருவினையும் சேரா இறைவன்
பொருள்சேர் புகழ்புரிந்தார் மாட்டு

க:சு

பொறிவாயில் ஐந்தவித்தான் பொய்தீர் ஒழுக்க
நெறிநின்றார் நீடுவாழ் வார்

க:எ

தனக்குவமை இல்லாதான் தாள்சேர்ந்தார்க் கல்லால்
மனக்கவலை மாற்றல் அரிது

க:அ

அறவாழி அந்தணன் தாள்சேர்ந்தார்க் கல்லால்
பிறவாழி நீந்தல் அரிது

க:கூ

கோளில் பொறியின் குணமிலவே எண்குணத்தான்
தாளை வணங்காத் தலை

க:க0

பிறவிப் பெருங்கடல் நீந்துவர் நீந்தார்
இறைவன் அடிசேரா தார்

௨:௧

வான்நின்று உலகம் வழங்கி வருதலால்
தான்அமிழ்தம் என்றுணரற் பாற்று

௨:௨

துப்பார்க்குத் துப்பாய துப்பாக்கித் துப்பார்க்குத்
துப்பாய தூஉம் மழை

௨:௩

விண்இன்று பொய்ப்பின் விரிநீர் வியனுலகத்து
உள்நின்று உடற்றும் பசி

௨:௪

ஏரின் உழாஅர் உழவர் புயல்என்னும்
வாரி வளங்குன்றிக் கால்

௨:௫

கெடுப்பதூஉம் கெட்டார்க்குச் சார்வாய்மற் றாங்கே
எடுப்பதூஉம் எல்லாம் மழை

௨:௬

விசும்பின் துளிவீழின் அல்லால்மற் றாங்கே
பசும்புல் தலைகாண்பு அரிது

௨:௭

நெடுங்கடலும் தன்நீர்மை குன்றும் தடிந்தெழிலி
தான்நல்கா தாகி விடின்

௨:௮

சிறப்பொடு பூசனை செல்லாது வானம்
வறக்குமேல் வானோர்க்கும் ஈண்டு

௨:௯

தானம் தவம்இரண்டும் தங்கா வியன்உலகம்
வானம் வழங்கா தெனின்

௨:௧௦

நீர்இன்று அமையாது உலகெனின் யார்யார்க்கும்
வான்இன்று அமையாது ஒழுக்கு

௩:௧

ஒழுக்கத்து நீத்தார் பெருமை விழுப்பத்து
வேண்டும் பனுவல் துணிவு

௩:௨

துறந்தார் பெருமை துணைக்கூறின் வையத்து
இறந்தாரை எண்ணிக்கொண் டற்று

௩:௩

இருமை வகைதெரிந்து ஈண்டுஅறம் பூண்டார்
பெருமை பிறங்கிற்று உலகு

௩:௪

உரனென்னும் தோட்டியான் ஓரைந்தும் காப்பான்
வரனென்னும் வைப்பிற்கோர் வித்து

௩:௫

ஐந்தவித்தான் ஆற்றல் அகல்விசும்பு ளார்கோமான்
இந்திரனே சாலுங் கரி

௩:௬

செயற்கரிய செய்வார் பெரியர் சிறியர்
செயற்கரிய செய்கலா தார்

௩:௭

சுவைஒளி ஊறுஓசை நாற்றமென ஐந்தின்
வகைதெரிவான் கட்டே உலகு

௩:௮

நிறைமொழி மாந்தர் பெருமை நிலத்து
மறைமொழி காட்டி விடும்

௩:௯

குணமென்னும் குன்றேறி நின்றார் வெகுளி
கணமேயும் காத்தல் அரிது

௩:௧௦

அந்தணர் என்போர் அறவோர்மற் றெவ்வுயிர்க்கும்
செந்தண்மை பூண்டொழுக லான்

௪:௧

சிறப்புஈனும் செல்வமும் ஈனும் அறத்தினூஉங்கு
ஆக்கம் எவனோ உயிர்க்கு

௪:௨

அறத்தினூஉங்கு ஆக்கமும் இல்லை அதனை
மறத்தலின் ஊங்கில்லை கேடு

௪:௩

ஒல்லும் வகையான் அறவினை ஓவாதே
செல்லும்வாய் எல்லாஞ் செயல்

௪:௪

மனத்துக்கண் மாசிலன் ஆதல் அனைத்துஅறன்
ஆகுல நீர பிற

௪:௫

அழுக்காறு அவாவெகுளி இன்னாச்சொல் நான்கும்
இழுக்கா இயன்றது அறம்

௪:௬

அன்றறிவாம் என்னாது அறஞ்செய்க மற்றது
பொன்றுங்கால் பொன்றாத் துணை

௪:௭

அறத்தாறு இதுவென வேண்டா சிவிகை
பொறுத்தானோடு ஊர்ந்தான் இடை

௪:௮

வீழ்நாள் படாஅமை நன்றாற்றின் அஃதொருவன்
வாழ்நாள் வழியடைக்கும் கல்

௪:௯

அறத்தான் வருவதே இன்பம்மற் றெல்லாம்
புறத்த புகழும் இல

௪:௧௦

செயற்பால தோரும் அறனே ஒருவற்கு
உயற்பால தோரும் பழி

௫:௧

இல்வாழ்வான் என்பான் இயல்புடைய மூவர்க்கும்
நல்லாற்றின் நின்ற துணை

௫:௨

துறந்தார்க்கும் துவ்வா தவர்க்கும் இறந்தார்க்கும்
இல்வாழ்வான் என்பான் துணை

௫:௩

தென்புலத்தார் தெய்வம் விருந்தொக்கல் தானென்றாங்கு
ஐம்புலத்தாறு ஓம்பல் தலை

௫:௪

பழியஞ்சிப் பாத்தூண் உடைத்தாயின் வாழ்க்கை
வழியெஞ்சல் எஞ்ஞான்றும் இல்

௫:௫

அன்பும் அறனும் உடைத்தாயின் இல்வாழ்க்கை
பண்பும் பயனும் அது

௫:௬

அறத்தாற்றின் இல்வாழ்க்கை ஆற்றின் புறத்தாற்றில்
போஒய்ப் பெறுவ தெவன்

௫:௭

இயல்பினான் இல்வாழ்க்கை வாழ்பவன் என்பான்
முயல்வாருள் எல்லாம் தலை

௫:௮

ஆற்றின் ஒழுக்கி அறனிழுக்கா இல்வாழ்க்கை
நோற்பாரின் நோன்மை உடைத்து

௫:௯

அறன்எனப் பட்டதே இல்வாழ்க்கை அஃதும்
பிறன்பழிப்ப தில்லாயின் நன்று

௫:௧௦

வையத்துள் வாழ்வாங்கு வாழ்பவன் வான்உறற்யும்
தெய்வத்துள் வைக்கப் படும்

சா:க

மனைத்தக்க மாண்புடையள் ஆகித்தற் கொண்டான்
வளத்தக்காள் வாழ்க்கைத் துணை

சா:உ

மனைமாட்சி இல்லாள்கண் இல்லாயின் வாழ்க்கை
எனைமாட்சித் தாயினும் இல்

சா:ங

இல்லதென் இல்லவள் மாண்பானால் உள்ளதென்
இல்லவள் மாணாக் கடை

சா:ச

பெண்ணின் பெருந்தக்க யாவுள கற்பென்னும்
திண்மைஉண் டாகப் பெறின்

சா:ரு

தெய்வம் தொழாஅள் கொழுநன் தொழுதெழுவாள்
பெய்யெனப் பெய்யும் மழை

சா:சா

தற்காத்துத் தற்கொண்டாற் பேணித் தகைசான்ற
சொற்காத்துச் சோர்விலாள் பெண்

சா:எ

சிறைகாக்கும் காப்பெவன் செய்யும் மகளிர்
நிறைகாக்கும் காப்பே தலை

சா:அ

பெற்றாற் பெறின்பெறுவர் பெண்டிர் பெருஞ்சிறப்புப்
புத்தேளிர் வாழும் உலகு

சா:சு

புகழ்புரிந்த இல்லிலோர்க்கு இல்லை இகழ்வார்முன்
ஏறுபோல் பீடு நடை

சா:க0

மங்கலம் என்ப மனைமாட்சி மற்றுஅதன்
நன்கலம் நன்மக்கட் பேறு

எ:க

பெறுமவற்றுள் யாமறிவது இல்லை அறிவறிந்த
மக்கட்பேறு அல்ல பிற

எ:உ

எழுபிறப்பும் தீயவை தீண்டா பழிபிறங்காப்
பண்புடை மக்கட் பெறின்

எ:ங

தம்பொருள் என்பதம் மக்கள் அவர்பொருள்
தம்தம் வினையான் வரும்

எ:ச

அமிழ்தினும் ஆற்ற இனிதேதம் மக்கள்
சிறுகை அளாவிய கூழ்

எ:ரு

மக்கள்மெய் தீண்டல் உடற்கின்பம் மற்றுஅவர்
சொற்கேட்டல் இன்பம் செவிக்கு

எ:சா

குழல்இனிது யாழ்இனிது என்பதம் மக்கள்
மழலைச்சொல் கேளா தவர்

எ:எ

தந்தை மகற்காற்று நன்றி அவையத்து
முந்தி இருப்பச் செயல்

எ:அ

தம்மின்தம் மக்கள் அறிவுடைமை மாநிலத்து
மன்னுயிர்க் கெல்லாம் இனிது

எ:கூ

ஈன்ற பொழுதின் பெரிதுவக்கும் தன்மகனைச்
சான்றோன் எனக்கேட்ட தாய்

எ:க0

மகன்தந்தைக்கு ஆற்றும் உதவி இவன்தந்தை
என்நோற்றான் கொல்எனும் சொல்

அ:க

அன்பிற்கும் உண்டோ அடைக்குந்தாழ் ஆர்வலர்
புன்கணீர் பூசல் தரும்

அ:உ

அன்பிலார் எல்லாம் தமக்குரியர் அன்புடையார்
என்பும் உரியர் பிறர்க்கு

அ:ங

அன்போடு இயைந்த வழக்கென்ப ஆருயிர்க்கு
என்போடு இயைந்த தொடர்பு

அ:ச

அன்புஈனும் ஆர்வம் உடைமை அதுஈனும்
நண்பென்னும் நாடாச் சிறப்பு

அ:ரு

அன்புற்று அமர்ந்த வழக்கென்ப வையகத்து
இன்புற்றார் எய்தும் சிறப்பு

அ:சா

அறத்திற்கே அன்புசார் பென்ப அறியார்
மறத்திற்கும் அஃதே துணை

அ:எ

என்பி லதனை வெயில்போலக் காயுமே
அன்பி லதனை அறம்

அ:அ

அன்பகத் தில்லா உயிர்வாழ்க்கை வன்பாற்கண்
வற்றல் மரந்தளிர்த் தற்று

அ:கூ

புறத்துறுப் பெல்லாம் எவன்செய்யும் யாக்கை
அகத்துறுப்பு அன்பி லவர்க்கு

அ:க0

அன்பின் வழியது உயிர்நிலை அஃதிலார்க்கு
என்புதோல் போர்த்த உடம்பு

கூ:க

இருந்தோம்பி இல்வாழ்வ தெல்லாம் விருந்தோம்பி
வேளாண்மை செய்தற் பொருட்டு

கூ:உ

விருந்து புறத்ததாத் தானுண்டல் சாவா
மருந்தெனினும் வேண்டாற்பாற் றன்று

கூ:ங

வருவிருந்து வைகலும் ஓம்புவான் வாழ்க்கை
பருவந்து பாழ்படுதல் இன்று

கூ:ச

அகனமர்ந்து செய்யாள் உறையும் முகனமர்ந்து
நல்விருந்து ஓம்புவான் இல்

கூ:ரு

வித்தும் இடல்வேண்டும் கொல்லோ விருந்தோம்பி
மிச்சில் மிசைவான் புலம்

கூ:சு

செல்விருந்து ஓம்பி வருவிருந்து பார்த்திருப்பான்
நல்வருந்து வானத் தவர்க்கு

கூ:எ

இனைத்துணைத் தென்பதொன் றில்லை விருந்தின்
துணைத்துணை வேள்விப் பயன்

கூ:அ

பரிந்தோம்பிப் பற்றற்றேம் என்பர் விருந்தோம்பி
வேள்வி தலைப்படா தார்

கூ:கூ

உடைமையுள் இன்மை விருந்தோம்பல் ஓம்பா
மடமை மடவார்கண் உண்டு

கூ:க0

மோப்பக் குழையும் அனிச்சம் முகந்திரிந்து
நோக்கக் குநழ்யும் விருந்து

கo:க

இன்சொலால் ஈரம் அளைஇப் படிறுஇலவாம்
செம்பொருள் கண்டார்வாய்ச் சொல்

கo:உ

அகன்அமர்ந்து ஈதலின் நன்றே முகனமர்ந்து
இன்சொலன் ஆகப் பெறின்

கo:ங

முகத்தான் அமர்ந்துஇனிது நோக்கி அகத்தானாம்
இன்சொ லினதே அறம்

கo:ச

துன்புறூஉம் துவ்வாமை இல்லாகும் யார்மாட்டும்
இன்புறூஉம் இன்சொ லவர்க்கு

கo:ரு

பணிவுடையன் இன்சொலன் ஆதல் ஒருவற்கு
அணியல்ல மற்றுப் பிற

கo:சூ

அல்லவை தேய அறம்பெருகும் நல்லவை
நாடி இனிய சொலின்

கo:எ

நயன்ஈன்று நன்றி பயக்கும் பயன்ஈன்று
பண்பின் தலைப்பிரியாச் சொல்

கo:அ

சிறுமையுள் நீங்கிய இன்சொல் மறுமையும்
இம்மையும் இன்பம் தரும்

கo:கூ

இன்சொல் இனிதீன்றல் காண்பான் எவன்கொலோ
வன்சொல் வழங்கு வது

கo:கo

இனிய உளவாக இன்னாத கூறல்
கனிஇருப்பக் காய்கவர்ந் தற்று

கக:க

செய்யாமல் செய்த உதவிக்கு வையகமும்
வானகமும் ஆற்றல் அரிது

கக:உ

காலத்தி னாற்செய்த நன்றி சிறிதெனினும்
ஞாலத்தின் மாணப் பெரிது

கக:ந

பயன்தூக்கார் செய்த உதவி நயன்தூக்கின்
நன்மை கடலின் பெரிது

கக:ச

தினைத்துணை நன்றி செயினும் பனைத்துணையாக்
கொள்வர் பயன்தெரி வார்

கக:ரு

உதவி வரைத்தன்று உதவி உதவி
செயப்பட்டார் சால்பின் வரைத்து

கக:சு

மறவற்க மாசற்றார் கேண்மை துறவற்க
துன்பத்துள் துப்பாயார் நட்பு

கக:எ

எழுமை எழுபிறப்பும் உள்ளுவர் தங்கண்
விழுமந் துடைத்தவர் நட்பு

கக:அ

நன்றி மறப்பது நன்றன்று நன்றல்லது
அன்றே மறப்பது நன்று

கக:கூ

கொன்றன்ன இன்னா செயினும் அவர்செய்த
ஒன்றுநன்று உள்ளக் கெடும்

கக:க0

எந்நன்றி கொன்றார்க்கும் உய்வுண்டாம் உய்வில்லை
செய்ந்நன்றி கொன்ற மகற்கு

கஉ:க

தகுதி எனவொன்று நன்றே பகுதியால்
பாற்பட்டு ஒழுகப் பெறின்

கஉ:உ

செப்பம் உடையவன் ஆக்கஞ் சிதைவின்றி
எச்சத்திற் கேமாப்பு உடைத்து

கஉ:ங

நன்றே தரினும் நடுவிகந்தாம் ஆக்கத்தை
அன்றே யொழிய விடல்

கஉ:ச

தக்கார் தகவிலர் என்பது அவரவர்
எச்சத்தாற் காணப்ப படும்

கஉ:ரு

கேடும் பெருக்கமும் இல்லல்ல நெஞ்சத்துக்
கோடாமை சான்றோர்க் கணி

கஉ:சூ

கெடுவல்யான் என்பது அறிகதன் நெஞ்சம்
நடுவொரீஇ அல்ல செயின்

கஉ:எ

கெடுவாக வையாது உலகம் நடுவாக
நன்றிக்கண் தங்கியான் தாழ்வு

கஉ:அ

சமன்செய்து சீர்தூக்குங் கோல்போல் அமைந்தொருபால்
கோடாமை சான்றோர்க் கணி

கஉ:கூ

சொற்கோட்டம் இல்லது செப்பம் ஒருதலையா
உட்கோட்டம் இன்மை பெறின்

கஉ:க0

வாணிகம் செய்வார்க்கு வாணிகம் பேணிப்
பிறவும் தமபோல் செயின்

கங:க

அடக்கம் அமரருள் உய்க்கும் அடங்காமை
ஆரிருள் உய்த்து விடும்

கங:உ

காக்க பொருளா அடக்கத்தை ஆக்கம்
அதனினூஉங் கில்லை உயிர்க்கு

கங:ங

செறிவறிந்து சீர்மை பயக்கும் அறிவறிந்து
ஆற்றின் அடங்கப் பெறின்

கங:ச

நிலையின் திரியாது அடங்கியான் தோற்றம்
மலையினும் மாணப் பெரிது

கங:ரு

எல்லார்க்கும் நன்றாம் பணிதல் அவருள்ளும்
செல்வர்க்கே செல்வம் தகைத்து

கங:சு

ஒருமையுள் ஆமைபோல் ஐந்தடக்கல் ஆற்றின்
எழுமையும் ஏமாப் புடைத்து

கங:எ

யாகாவா ராயினும் நாகாக்க காவாக்கால்
சோகாப்பர் சொல்லிழுக்குப் பட்டு

கங:அ

ஒன்றானுந் தீச்சொல் பொருட்பயன் உண்டாயின்
நன்றாகா தாகி விடும்

கங:சூ

தீயினாற் சுட்டபுண் உள்ளாறும் ஆறாதே
நாவினாற் சுட்ட வடு

கங:கo

கதங்காத்துக் கற்றடங்கல் ஆற்றுவான் செவ்வி
அறம்பார்க்கும் ஆற்றின் நுழைந்து

கச:க

ஒழுக்கம் விழுப்பந் தரலான் ஒழுக்கம்
உயிரினும் ஓம்பப் படும்

கச:உ

பரிந்தோம்பிக் காக்க ஒழுக்கம் தெரிந்தோம்பித்
தேரினும் அஃதே துணை

கச:ங

ஒழுக்கம் உடைமை குடிமை இழுக்கம்
இழிந்த பிறப்பாய் விடும்

கச:ச

மறப்பினும் ஓத்துக் கொளலாகும் பார்ப்பான்
பிறப்பொழுக்கங் குன்றக் கெடும்

கச:ரு

அழுக்கா றுடையான்கண் ஆக்கம்போன்று இல்லை
ஒழுக்க மிலான்கண் உயர்வு

கச:சு

ஒழுக்கத்தின் ஒல்கார் உரவோர் இழுக்கத்தின்
ஏதம் படுபாக் கறிந்து

கச:எ

ஒழுக்கத்தின் எய்துவர் மேன்மை இழுக்கத்தின்
எய்துவர் எய்தாப் பழி

கச:அ

நன்றிக்கு வித்தாகும் நல்லொழுக்கம் தீயொழுக்கம்
என்றும் இடும்பை தரும்

கச:கூ

ஒழுக்க முடையவர்க்கு ஒல்லாவே தீய
வழுக்கியும் வாயாற் சொலல்

கச:கo

உலகத்தோடு ஒட்ட ஒழுகல் பலகற்றும்
கல்லார் அறிவிலா தார்

கரு:க

பிறன்பொருளாள் பெட்டொழுகும் பேதைமை ஞாலத்து
அறம்பொருள் கண்டார்கண் இல்

கரு:உ

அறன்கடை நின்றாருள் எல்லாம் பிறன்கடை
நின்றாரின் பேதையார் இல்

கரு:ங

விளிந்தாரின் வேறல்லர் மன்ற தெளிந்தாரில்
தீமை புரிந்துஒழுகு வார்

கரு:ச

எனைத்துணையர் ஆயினும் என்னாம் தினைத்துணையும்
தேரான் பிறனில் புகல்

கரு:ரு

எளிதென இல்லிறப்பான் எய்துமெஞ் ஞான்றும்
விளியாது நிற்கும் பழி

கரு:சு

பகைபாவம் அச்சம் பழியென நான்கும்
இகவாவாம் இல்லிறப்பான் கண்

கரு:எ

அறனியலான் இல்வாழ்வான் என்பான் பிறனியலாள்
பெண்மை நயவா தவன்

கரு:அ

பிறன்மனை நோக்காத பேராண்மை சான்றோர்க்கு
அறனொன்றோ ஆன்ற வொழுக்கு

கரு:கூ

நலக்குரியார் யாரெனின் நாமநீர் வைப்பின்
பிறர்க்குரியாள் தோள்தோயா தார்

கரு:கo

அறன்வரையான் அல்ல செயினும் பிறன்வரையாள்
பெண்மை நயவாமை நன்று

௧௬:௧

அகழ்வாரைத் தாங்கும் நிலம்போலத் தம்மை
இகழ்வார்ப் பொறுத்தல் தலை

௧௬:௨

பொறுத்தல் இறப்பினை என்றும் அதனை
மறத்தல் அதனினும் நன்று

௧௬:௩

இன்மையுள் இன்மை விருந்தொரால் வன்மையுள்
வன்மை மடவார்ப் பொறை

௧௬:௪

நிறையுடைமை நீங்காமை வேண்டின் பொறையுடைமை
போற்றி யொழுகப் படும்

௧௬:௫

ஒறுத்தாரை ஒன்றாக வையாரே வைப்பர்
பொறுத்தாரைப் பொன்போற் பொதிந்து

௧௬:௬

ஒறுத்தார்க்கு ஒருநாளை இன்பம் பொறுத்தார்க்குப்
பொன்றுந் துணையும் புகழ்

௧௬:௭

திறனல்ல தற்பிறர் செய்யினும் நோநொந்து
அறனல்ல செய்யாமை நன்று

௧௬:௮

மிகுதியான் மிக்கவை செய்தாரைத் தாந்தம்
தகுதியான் வென்று விடல்

௧௬:௯

துறந்தாரின் தூய்மை உடையர் இறந்தார்வாய்
இன்னாச்சொல் நோற்கிற் பவர்

௧௬:௧௦

உண்ணாது நோற்பார் பெரியர் பிறர்சொல்லும்
இன்னாச்சொல் நோற்பாரின் பின்

கள:க

ஒழுக்காறாக் கொள்க ஒருவன்தன் நெஞ்சத்து
அழுக்காறு இலாத இயல்பு

கள:உ

விழுப்பேற்றின் அஃதொப்பது இல்லையார் மாட்டும்
அழுக்காற்றின் அன்மை பெறின்

கள:ங

அறன்ஆக்கம் வேண்டாதான் என்பான் பிறனாக்கம்
பேணாது அழுக்கறுப் பான்

கள:ச

அழுக்காற்றின் அல்லவை செய்யார் இழுக்காற்றின்
ஏதம் படுபாக்கு அறிந்து

கள:ரு

அழுக்காறு உடையார்க்கு அதுசாலும் ஒன்னார்
வழுக்கியும் கேடீன் பது

கள:சு

கொடுப்பது அழுக்கறுப்பான் சுற்றம் உடுப்பதூஉம்
உண்பதூஉம் இன்றிக் கெடும்

கள:எ

அவ்வித்து அழுக்காறு உடையானைச் செய்யவள்
தவ்வையைக் காட்டி விடும்

கள:அ

அழுக்காறு எனஒரு பாவி திருச்செற்றுத்
தீயுழி உய்த்து விடும்

கள:கூ

அவ்விய நெஞ்சத்தான் ஆக்கமும் செவ்வியான்
கேடும் நினைக்கப் படும்

கள:கo

அழுக்கற்று அகன்றாரும் இல்லை அஃதுஇல்லார்
பெருக்கத்தில் தீர்ந்தாரும் இல்

கஅ:க

நடுவின்றி நன்பொருள் வெஃகின் குடிபொன்றிக்
குற்றமும் ஆங்கே தரும்

கஅ:உ

படுபயன் வெஃகிப் பழிப்படுவ செய்யார்
நடுவன்மை நாணு பவர்

கஅ:ங

சிற்றின்பம் வெஃகி அறனல்ல செய்யாரே
மற்றின்பம் வேண்டு பவர்

கஅ:ச

இலமென்று வெஃகுதல் செய்யார் புலம்வென்ற
புன்மையில் காட்சி யவர்

கஅ:ரு

அஃகி அகன்ற அறிவென்னாம் யார்மாட்டும்
வெஃகி வெறிய செயின்

கஅ:சு

அருள்வெஃகி ஆற்றின்கண் நின்றான் பொருள்வெஃகிப்
பொல்லாத சூழக் கெடும்

கஅ:எ

வேண்டற்க வெஃகியாம் ஆக்கம் விளைவயின்
மாண்டற் கரிதாம் பயன்

கஅ:அ

அஃகாமை செல்வத்திற்கு யாதெனின் வெஃகாமை
வேண்டும் பிறன்கைப் பொருள்

கஅ:கூ

அறனறிந்து வெஃகா அறிவுடையார்ச் சேரும்
திறன்அறிந் தாங்கே திரு

கஅ:க0

இறலீனும் எண்ணாது வெஃகின் விறல்ஈனும்
வேண்டாமை என்னுஞ் செருக்கு

௧௯:௧

அறங்கூறான் அல்ல செயினும் ஒருவன்
புறங்கூறான் என்றல் இனிது

௧௯:௨

அறனழீஇ அல்லவை செய்தலின் தீதே
புறனழீஇப் பொய்த்து நகை

௧௯:௩

புறங்கூறிப் பொய்த்துயிர் வாழ்தலின் சாதல்
அறங்கூறும் ஆக்கந் தரும்

௧௯:௪

கண்ணின்று கண்ணறச் சொல்லினும் சொல்லற்க
முன்னின்று பின்நோக்காச் சொல்

௧௯:௫

அறஞ்சொல்லும் நெஞ்சத்தான் அன்மை புறஞ்சொல்லும்
புன்மையாற் காணப் படும்

௧௯:௬

பிறன்பழி கூறுவான் தன்பழி யுள்ளும்
திறன்தெரிந்து கூறப் படும்

௧௯:௭

பகச்சொல்லிக் கேளிர்ப் பிரிப்பர் நகச்சொல்லி
நட்பாடல் தேற்றா தவர்

௧௯:௮

துன்னியார் குற்றமும் தூற்றும் மரபினார்
என்னைகொல் ஏதிலார் மாட்டு

௧௯:௯

அறன்நோக்கி ஆற்றுங்கொல் வையம் புறன்நோக்கிப்
புன்சொல் உரைப்பான் பொறை

௧௯:௧௦

ஏதிலார் குற்றம்போல் தங்குற்றங் காண்கிற்பின்
தீதுண்டோ மன்னும் உயிர்க்கு

௨0:௧

பல்லார் முனியப் பயனில சொல்லுவான்
எல்லாரும் எள்ளப் படும்

௨0:௨

பயனில பல்லார்முன் சொல்லல் நயனில
நட்டார்கண் செய்தலிற் றீது

௨0:௩

நயனிலன் என்பது சொல்லும் பயனில
பாரித் துரைக்கும் உரை

௨0:௪

நயன்சாரா நன்மையின் நீக்கும் பயன்சாராப்
பண்பில்சொல் பல்லா ரகத்து

௨0:௫

சீர்மை சிறப்பொடு நீங்கும் பயனில
நீர்மை யுடையார் சொலின்

௨0:௬

பயனில்சொல் பாராட்டு வானை மகன்எனல்
மக்கட் பதடி யெனல்

௨0:௭

நயனில சொல்லினுஞ் சொல்லுக சான்றோர்
பயனில சொல்லாமை நன்று

௨0:௮

அரும்பயன் ஆயும் அறிவினார் சொல்லார்
பெரும்பயன் இல்லாத சொல்

௨0:௯

பொருள்தீர்ந்த பொச்சாந்துஞ் சொல்லார் மருள்தீர்ந்த
மாசறு காட்சி யவர்

௨0:௧0

சொல்லுக சொல்லிற் பயனுடைய சொல்லற்க
சொல்லிற் பயனிலாச் சொல்

௨௧:௧

தீவினையார் அஞ்சார் விழுமியார் அஞ்சுவர்
தீவினை என்னும் செருக்கு

௨௧:௨

தீயவை தீய பயத்தலால் தீயவை
தீயினும் அஞ்சப் படும்

௨௧:௩

அறிவினுள் எல்லாந் தலையென்ப தீய
செறுவார்க்கும் செய்யா விடல்

௨௧:௪

மறந்தும் பிறன்கேடு சூழற்க சூழின்
அறஞ்சூழும் சூழ்ந்தவன் கேடு

௨௧:௫

இலன்என்று தீயவை செய்யற்க செய்யின்
இலனாகும் மற்றும் பெயர்த்து

௨௧:௬

தீப்பால தான்பிறர்கண் செய்யற்க நோய்ப்பால
தன்னை அடல்வேண்டா தான்

௨௧:௭

எனைப்பகை யுற்றாரும் உய்வர் வினைப்பகை
வீயாது பின்சென்று அடும்

௨௧:௮

தீயவை செய்தார் கெடுதல் நிழல்தன்னை
வீயாது அடிஉறைந் தற்று

௨௧:௯

தன்னைத்தான் காதல னாயின் எனைத்தொன்றும்
துன்னற்க தீவினைப் பால்

௨௧:௧௦

அருங்கேடன் என்பது அறிக மருங்கோடித்
தீவினை செய்யான் எனின்

௨௨:௧

கைம்மாறு வேண்டா கடப்பாடு மாரிமாட்டு
என்ஆற்றுங் கொல்லோ உலகு

௨௨:௨

தாளாற்றித் தந்த பொருளெல்லாம் தக்கார்க்கு
வேளாண்மை செய்தற் பொருட்டு

௨௨:௩

புத்தே ளுலகத்தும் ஈண்டும் பெறலரிதே
ஒப்புரவின் நல்ல பிற

௨௨:௪

ஒத்த தறிவான் உயிர்வாழ்வான் மற்றையான்
செத்தாருள் வைக்கப் படும்

௨௨:௫

ஊருணி நீர்நிறைந் தற்றே உலகவாம்
பேரறி வாளன் திரு

௨௨:௬

பயன்மரம் உள்ளூர்ப் பழுத்தற்றால் செல்வம்
நயனுடை யான்கண் படின்

௨௨:௭

மருந்தாகித் தப்பா மரத்தற்றால் செல்வம்
பெருந்தகை யான்கண் படின்

௨௨:௮

இடனில் பருவத்தும் ஒப்புரவிற்கு ஒல்கார்
கடனறி காட்சி யவர்

௨௨:௯

நயனுடையான் நல்கூர்ந்தா னாதல் செயும்நீர
செய்யாது அமைகலா வாறு

௨௨:௧௦

ஒப்புரவி னால்வரும் கேடெனின் அஃதொருவன்
விற்றுக்கோள் தக்க துடைத்து

உ௩:௧

வறியார்க்கொன்று ஈவதே ஈகைமற் றெல்லாம்
குறியெதிர்ப்பை நீர துடைத்து

உ௩:உ

நல்லாறு எனினும் கொளல்தீது மேலுலகம்
இல்லெனினும் ஈதலே நன்று

உ௩:௩

இலனென்னும் எவ்வம் உரையாமை ஈதல்
குலனுடையான் கண்ணே யுள

உ௩:௪

இன்னாது இரக்கப் படுதல் இரந்தவர்
இன்முகங் காணும் அளவு

உ௩:௫

ஆற்றுவார் ஆற்றல் பசிஆற்றல் அப்பசியை
மாற்றுவார் ஆற்றலின் பின்

உ௩:௬

அற்றார் அழிபசி தீர்த்தல் அஃதொருவன்
பெற்றான் பொருள்வைப் புழி

உ௩:௭

பாத்தூண் மரீஇ யவனைப் பசியென்னும்
தீப்பிணி தீண்டல் அரிது

உ௩:௮

ஈத்துவக்கும் இன்பம் அறியார்கொல் தாமுடைமை
வைத்திழக்கும் வன்க ணவர்

உ௩:௯

இரத்தலின் இன்னாது மன்ற நிரப்பிய
தாமே தமியர் உணல்

உ௩:௧0

சாதலின் இன்னாத தில்லை இனிததூஉம்
ஈதல் இயையாக் கடை

௨௪:௧

ஈதல் இசைபட வாழ்தல் அதுவல்லது
ஊதியம் இல்லை உயிர்க்கு

௨௪:௨

உரைப்பார் உரைப்பவை எல்லாம் இரப்பார்க்கொன்று
ஈவார்மேல் நிற்கும் புகழ்

௨௪:௩

ஒன்றா உலகத்து உயர்ந்த புகழல்லால்
பொன்றாது நிற்பதொன் றில்

௨௪:௪

நிலவரை நீள்புகழ் ஆற்றின் புலவரைப்
போற்றாது புத்தேள் உலகு

௨௪:௫

நத்தம்போல் கேடும் உளதாகும் சாக்காடும்
வித்தகர்க் கல்லால் அரிது

௨௪:௬

தோன்றின் புகழொடு தோன்றுக அஃதிலார்
தோன்றலின் தோன்றாமை நன்று

௨௪:௭

புகழ்பட வாழாதார் தந்நோவார் தம்மை
இகழ்வாரை நோவது எவன்

௨௪:௮

வசையென்ப வையத்தார்க் கெல்லாம் இசையென்னும்
எச்சம் பெறாஅ விடின்

௨௪:௯

வசையிலா வண்பயன் குன்றும் இசையிலா
யாக்கை பொறுத்த நிலம்

௨௪:௧௦

வசையொழிய வாழ்வாரே வாழ்வார் இசையொழிய
வாழ்வாரே வாழா தவர்

௨௫:௧

அருட்செல்வம் செல்வத்துள் செல்வம் பொருட்செல்வம்
பூரியார் கண்ணும் உள

௨௫:௨

நல்லாற்றால் நாடி அருளாள்க பல்லாற்றால்
தேரினும் அஃதே துணை

௨௫:௩

அருள்சேர்ந்த நெஞ்சினார்க் கில்லை இருள்சேர்ந்த
இன்னா உலகம் புகல்

௨௫:௪

மன்னுயிர் ஓம்பி அருளாள்வார்க்கு இல்லென்ப
தன்னுயிர் அஞ்சும் வினை

௨௫:௫

அல்லல் அருளாள்வார்க்கு இல்லை வளிவழங்கும்
மல்லன்மா ஞாலங் கரி

௨௫:௬

பொருள்நீங்கிப் பொச்சாந்தார் என்பர் அருள்நீங்கி
அல்லவை செய்தொழுகு வார்

௨௫:௭

அருளில்லார்க்கு அவ்வுலகம் இல்லை பொருளில்லார்க்கு
இவ்வுலகம் இல்லாகி யாங்கு

௨௫:௮

பொருளற்றார் பூப்பர் ஒருகால் அருளற்றார்
அற்றார்மற் றாதல் அரிது

௨௫:௯

தெருளாதான் மெய்ப்பொருள் கண்டற்றால் தேரின்
அருளாதான் செய்யும் அறம்

௨௫:௧௦

வலியார்முன் தன்னை நினைக்கதான் தன்னின்
மெலியார்மேல் செல்லு மிடத்து

௨௬:௧

தன்னூன் பெருக்கற்குத் தான்பிறிது ஊனுண்பான்
எங்ஙனம் ஆளும் அருள்

௨௬:௨

பொருளாட்சி போற்றாதார்க்கு இல்லை அருளாட்சி
ஆங்கில்லை ஊன்தின் பவர்க்கு

௨௬:௩

படைகொண்டார் நெஞ்சம்போல் நன்றூக்காது ஒன்றன்
உடல்சுவை உண்டார் மனம்

௨௬:௪

அருளல்லது யாதெனில் கொல்லாமை கோறல்
பொருளல்லது அவ்வூன் தினல்

௨௬:௫

உண்ணாமை உள்ளது உயிர்நிலை ஊனுண்ண
அண்ணாத்தல் செய்யாது அளறு

௨௬:௬

தினற்பொருட்டால் கொல்லாது உலகெனின் யாரும்
விலைப்பொருட்டால் ஊன்றருவா ரில்

௨௬:௭

உண்ணாமை வேண்டும் புலாஅல் பிறிதொன்றன்
புண்ணது உணர்வார்ப் பெறின்

௨௬:௮

செயிரின் தலைப்பிரிந்த காட்சியார் உண்ணார்
உயிரின் தலைப்பிரிந்த ஊன்

௨௬:௯

அவிசொரிந் தாயிரம் வேட்டலின் ஒன்றன்
உயிர்செகுத் துண்ணாமை நன்று

௨௬:௧௦

கொல்லான் புலாலை மறுத்தானைக் கைகூப்பி
எல்லா உயிருந் தொழும்

உ௭௧

உற்றநோய் நோன்றல் உயிர்க்குறுகண் செய்யாமை
அற்றே தவத்திற் குரு

உ௭௨

தவமும் தவமுடையார்க்கு ஆகும் அதனை
அஃதிலார் மேற்கொள் வது

உ௭௩

துறந்தார்க்குத் துப்புரவு வேண்டி மறந்தார்கொல்
மற்றை யவர்கள் தவம்

உ௭௪

ஒன்னார்த் தெறலும் உவந்தாரை ஆக்கலும்
எண்ணின் தவத்தான் வரும்

உ௭௫

வேண்டிய வேண்டியாங் கெய்தலால் செய்தவம்
ஈண்டு முயலப் படும்

உ௭௬

தவஞ்செய்வார் தங்கருமஞ் செய்வார்மற் றல்லார்
அவஞ்செய்வார் ஆசையுட் பட்டு

உ௭௭

சுடச்சுடரும் பொன்போல் ஒளிவிடும் துன்பஞ்
சுடச்சுட நோற்கிற் பவர்க்கு

உ௭௮

தன்னுயிர் தான்அறப் பெற்றானை ஏனைய
மன்னுயி ரெல்லாந் தொழும்

உ௭௯

கூற்றம் குதித்தலும் கைகூடும் நோற்றலின்
ஆற்றல் தலைப்பட் டவர்க்கு

உ௭௰

இலர்பல ராகிய காரணம் நோற்பார்
சிலர்பலர் நோலா தவர்

உஅ:க

வஞ்ச மனத்தான் படிற்றொழுக்கம் பூதங்கள்
ஐந்தும் அகத்தே நகும்

உஅ:உ

வானுயர் தோற்றம் எவன்செய்யும் தன்னெஞ்சம்
தான்அறி குற்றப் படின்

உஅ:ங

வலியில் நிலைமையான் வல்லுருவம் பெற்றம்
புலியின்தோல் போர்த்துமேய்ந் தற்று

உஅ:ச

தவமறைந்து அல்லவை செய்தல் புதல்மறைந்து
வேட்டுவன் புள்சிமிழ்த் தற்று

உஅ:ரு

பற்றற்றேம் என்பார் படிற்றொழுக்கம் எற்றெற்றென்று
ஏதம் பலவுந் தரும்

உஅ:சு

நெஞ்சில் துறவார் துறந்தார்போல் வஞ்சித்து
வாழ்வாரின் வன்கணார் இல்

உஅ:எ

புறங்குன்றி கண்டனைய ரேனும் அகங்குன்றி
மூக்கிற் கரியார் உடைத்து

உஅ:அ

மனத்தது மாசாக மாண்டார் நீராடி
மறைந்தொழுகு மாந்தர் பலர்

உஅ:கூ

கணைகொடிது யாழ்கோடு செவ்விதுஆங் கன்ன
வினைபடு பாலால் கொளல்

உஅ:கo

மழித்தலும் நீட்டலும் வேண்டா உலகம்
பழித்தது ஒழித்து விடின்

௨௯:௧

எள்ளாமை வேண்டுவான் என்பான் எனைத்தொன்றும்
கள்ளாமை காக்கதன் நெஞ்சு

௨௯:௨

உள்ளத்தால் உள்ளலும் தீதே பிறன்பொருளைக்
கள்ளத்தால் கள்வேம் எனல்

௨௯:௩

களவினால் ஆகிய ஆக்கம் அளவிறந்து
ஆவது போலக் கெடும்

௨௯:௪

களவின்கண் கன்றிய காதல் விளைவின்கண்
வீயா விழுமம் தரும்

௨௯:௫

அருள்கருதி அன்புடைய ராதல் பொருள்கருதிப்
பொச்சாப்புப் பார்ப்பார்கண் இல்

௨௯:௬

அளவின்கண் நின்றொழுகல் ஆற்றார் களவின்கண்
கன்றிய காத லவர்

௨௯:௭

களவென்னும் காரறி வாண்மை அளவென்னும்
ஆற்றல் புரிந்தார்கண் இல்

௨௯:௮

அளவறிந்தார் நெஞ்சத் தறம்போல நிற்கும்
களவறிந்தார் நெஞ்சில் கரவு

௨௯:௯

அளவல்ல செய்தாங்கே வீவர் களவல்ல
மற்றைய தேற்றா தவர்

௨௯:௧௦

கள்வார்க்குத் தள்ளும் உயிர்நிலை கள்ளார்க்குத்
தள்ளாது புத்தே ளுலகு

௩௦:௧

வாய்மை எனப்படுவது யாதெனின் யாதொன்றும்
தீமை இலாத சொலல்

௩௦:௨

பொய்மையும் வாய்மை யிடத்த புரைதீர்ந்த
நன்மை பயக்கும் எனின்

௩௦:௩

தன்நெஞ் சறிவது பொய்யற்க பொய்த்தபின்
தன்நெஞ்சே தன்னைச் சுடும்

௩௦:௪

உள்ளத்தாற் பொய்யா தொழுகின் உலகத்தார்
உள்ளத்து ளெல்லாம் உளன்

௩௦:௫

மனத்தொடு வாய்மை மொழியின் தவத்தொடு
தானஞ்செய் வாரின் தலை

௩௦:௬

பொய்யாமை அன்ன புகழில்லை எய்யாமை
எல்லா அறமுந் தரும்

௩௦:௭

பொய்யாமை பொய்யாமை ஆற்றின் அறம்பிற
செய்யாமை செய்யாமை நன்று

௩௦:௮

புறந்தூய்மை நீரான் அமையும் அகந்தூய்மை
வாய்மையால் காணப் படும்

௩௦:௯

எல்லா விளக்கும் விளக்கல்ல சான்றோர்க்குப்
பொய்யா விளக்கே விளக்கு

௩௦:௧௦

யாமெய்யாக் கண்டவற்றுள் இல்லை எனைத்தொன்றும்
வாய்மையின் நல்ல பிற

௩.௧:௧

செல்லிடத்துக் காப்பான் சினங்காப்பான் அல்லிடத்துக்
காக்கின்என் காவாக்கால் என்

௩.௧:௨

செல்லா இடத்துச் சினந்தீது செல்லிடத்தும்
இல்அதனின் தீய பிற

௩.௧:௩

மறத்தல் வெகுளியை யார்மாட்டும் தீய
பிறத்தல் அதனான் வரும்

௩.௧:௪

நகையும் உவகையும் கொல்லும் சினத்தின்
பகையும் உளவோ பிற

௩.௧:௫

தன்னைத்தான் காக்கின் சினங்காக்க காவாக்கால்
தன்னையே கொல்லுஞ் சினம்

௩.௧:௬

சினமென்னும் சேர்ந்தாரைக் கொல்லி இனமென்னும்
ஏமப் புணையைச் சுடும்

௩.௧:௭

சினத்தைப் பொருளென்று கொண்டவன் கேடு
நிலத்தறைந்தான் கைபிழையா தற்று

௩.௧:௮

இணர்எரி தோய்வன்ன இன்னா செயினும்
புணரின் வெகுளாமை நன்று

௩.௧:௯

உள்ளிய தெல்லாம் உடனெய்தும் உள்ளத்தால்
உள்ளான் வெகுளி எனின்

௩.௧:௧௦

இறந்தார் இறந்தார் அனையர் சினத்தைத்
துறந்தார் துறந்தார் துணை

௩௨:௧

சிறப்பீனும் செல்வம் பெறினும் பிறர்க்குஇன்னா
செய்யாமை மாசற்றார் கோள்

௩௨:௨

கறுத்துஇன்னா செய்தவக் கண்ணும் மறுத்தின்னா
செய்யாமை மாசற்றார் கோள்

௩௨:௩

செய்யாமல் செற்றார்க்கும் இன்னாத செய்தபின்
உய்யா விழுமந் தரும்

௩௨:௪

இன்னாசெய் தாரை ஒறுத்தல் அவர்நாண
நன்னயஞ் செய்து விடல்

௩௨:௫

அறிவினான் ஆகுவ துண்டோ பிறிதின்நோய்
தந்நோய்போல் போற்றாக் கடை

௩௨:௬

இன்னா எனத்தான் உணர்ந்தவை துன்னாமை
வேண்டும் பிறன்கண் செயல்

௩௨:௭

எனைத்தானும் எஞ்ஞான்றும் யார்க்கும் மனத்தானாம்
மாணாசெய் யாமை தலை

௩௨:௮

தன்னயிர்க்கு இன்னாமை தானறிவான் என்கொலோ
மன்னுயிர்க்கு இன்னா செயல்

௩௨:௯

பிறர்க்கின்னா முற்பகல் செய்யின் தமக்குஇன்னா
பிற்பகல் தாமே வரும்

௩௨:௧௦

நோயெல்லாம் நோய்செய்தார் மேலவாம் நோய்செய்யார்
நோயின்மை வேண்டு பவர்

௩௩:௧

அறவினை யாதெனின் கொல்லாமை கோறல்
பிறவினை எல்லாந் தரும்

௩௩:௨

பகுத்துண்டு பல்லுயிர் ஓம்புதல் நூலோர்
தொகுத்தவற்றுள் எல்லாந் தலை

௩௩:௩

ஒன்றாக நல்லது கொல்லாமை மற்றதன்
பின்சாரப் பொய்யாமை நன்று

௩௩:௪

நல்லாறு எனப்படுவது யாதெனின் யாதொன்றும்
கொல்லாமை சூழும் நெறி

௩௩:௫

நிலைஅஞ்சி நீத்தாருள் எல்லாம் கொலைஅஞ்சிக்
கொல்லாமை சூழ்வான் தலை

௩௩:௬

கொல்லாமை மேற்கொண் டொழுகுவான் வாழ்நாள்மேல்
செல்லாது உயிருண்ணுங் கூற்று

௩௩:௭

தன்னுயிர் நீப்பினும் செய்யற்க தான்பிறிது
இன்னுயிர் நீக்கும் வினை

௩௩:௮

நன்றாகும் ஆக்கம் பெரிதெனினும் சான்றோர்க்குக்
கொன்றாகும் ஆக்கங் கடை

௩௩:௯

கொலைவினைய ராகிய மாக்கள் புலைவினையர்
புன்மை தெரிவா ரகத்து

௩௩:௧௦

உயிர்உடம்பின் நீக்கியார் என்ப செயிர் உடம்பின்
செல்லாத்தீ வாழ்க்கை யவர்

௩௪:௧

நில்லாத வற்றை நிலையின என்றுணரும்
புல்லறி வாண்மை கடை

௩௪:௨

கூத்தாட்டு அவைக்குழாத் தற்றே பெருஞ்செல்வம்
போக்கும் அதுவிளிந் தற்று

௩௪:௩

அற்கா இயல்பிற்றுச் செல்வம் அதுபெற்றால்
அற்குப ஆங்கே செயல்

௩௪:௪

நாளென ஒன்றுபோற் காட்டி உயிர்ஈரும்
வாளது உணர்வார்ப் பெறின்

௩௪:௫

நாச்செற்று விக்குள்மேல் வாராமுன் நல்வினை
மேற்சென்று செய்யப் படும்

௩௪:௬

நெருநல் உளனொருவன் இன்றில்லை என்னும்
பெருமை உடைத்துஇவ் வுலகு

௩௪:௭

ஒருபொழுதும் வாழ்வது அறியார் கருதுப
கோடியும் அல்ல பல

௩௪:௮

குடம்பை தனித்துஒழியப் புள்பறந் தற்றே
உடம்பொடு உயிரிடை நட்பு

௩௪:௯

உறங்கு வதுபோலுஞ் சாக்காடு உறங்கி
விழிப்பது போலும் பிறப்பு

௩௪:௧௦

புக்கில் அமைந்தின்று கொல்லோ உடம்பினுள்
துச்சில் இருந்த உயிர்க்கு

௩௫:௧

யாதனின் யாதனின் நீங்கியான் நோதல்
அதனின் அதனின் இலன்

௩௫:௨

வேண்டின்உண் டாகத் துறக்க துறந்தபின்
ஈண்டுஇயற் பால பல

௩௫:௩

அடல்வேண்டும் ஐந்தன் புலத்தை விடல்வேண்டும்
வேண்டிய வெல்லாம் ஒருங்கு

௩௫:௪

இயல்பாகும் நோன்பிற்கொன்று இன்மை உடைமை
மயலாகும் மற்றும் பெயர்த்து

௩௫:௫

மற்றும் தொடர்ப்பாடு எவன்கொல் பிறப்பறுக்கல்
உற்றார்க்கு உடம்பும் மிகை

௩௫:௬

யான்எனது என்னும்செருக்கு அறுப்பான் வானோர்க்கு
உயர்ந்த உலகம் புகும்

௩௫:௭

பற்றி விடாஅ இடும்பைகள் பற்றினைப்
பற்றி விடாஅ தவர்க்கு

௩௫:௮

தலைப்பட்டார் தீரத் துறந்தார் மயங்கி
வலைப்பட்டார் மற்றை யவர்

௩௫:௯

பற்றற்ற கண்ணே பிறப்பறுக்கும் மற்று
நிலையாமை காணப் படும்

௩௫:௧௦

பற்றுக பற்றற்றான் பற்றினை அப்பற்றைப்
பற்றுக பற்று விடற்கு

௩௬:௧

பொருளல்ல வற்றைப் பொருளென்று உணரும்
மருளானாம் மாணாப் பிறப்பு

௩௬:௨

இருள்நீங்கி இன்பம் பயக்கும் மருள்நீங்கி
மாசறு காட்சி யவர்க்கு

௩௬:௩

ஐயத்தின் நீங்கித் தெளிந்தார்க்கு வையத்தின்
வானம் நணிய துடைத்து

௩௬:௪

ஐயுணர்வு எய்தியக் கண்ணும் பயமின்றே
மெய்யுணர்வு இல்லா தவர்க்கு

௩௬:௫

எப்பொருள் எத்தன்மைத் தாயினும் அப்பொருள்
மெய்ப்பொருள் காண்பது அறிவு

௩௬:௬

கற்றீண்டு மெய்ப்பொருள் கண்டார் தலைப்படுவர்
மற்றீண்டு வாரா நெறி

௩௬:௭

ஓர்த்துள்ளம் உள்ளது உணரின் ஒருதலையாப்
பேர்த்துள்ள வேண்டா பிறப்பு

௩௬:௮

பிறப்பென்னும் பேதைமை நீங்கச் சிறப்பென்னும்
செம்பொருள் காண்பது அறிவு

௩௬:௯

சார்புணர்ந்து சார்பு கெடஒழுகின் மற்றழித்துச்
சார்தரா சார்தரு நோய்

௩௬:௧௦

காமம் வெகுளி மயக்கம் இவைமூன்றன்
நாமம் கெடக்கெடும் நோய்

௩௭:௧

அவாஎன்ப எல்லா உயிர்க்கும் எஞ்ஞான்றும்
தவாஅப் பிறப்பீனும் வித்து

௩௭:௨

வேண்டுங்கால் வேண்டும் பிறவாமை மற்றது
வேண்டாமை வேண்ட வரும்

௩௭:௩

வேண்டாமை அன்ன விழுச்செல்வம் ஈண்டில்லை
ஆண்டும் அஃதொப்பது இல்

௩௭:௪

தூஉய்மை என்பது அவாவின்மை மற்றது
வாஅய்மை வேண்ட வரும்

௩௭:௫

அற்றவர் என்பார் அவாஅற்றார் மற்றையார்
அற்றாக அற்றது இலர்

௩௭:௬

அஞ்சுவ தோரும் அறனே ஒருவனை
வஞ்சிப்ப தோரும் அவா

௩௭:௭

அவாவினை ஆற்ற அறுப்பின் தவாவினை
தான்வேண்டு மாற்றான் வரும்

௩௭:௮

அவாஇல்லார்க் கில்லாகுந் துன்பம் அஃதுண்டேல்
தவாஅது மேன்மேல் வரும்

௩௭:௯

இன்பம் இடையறா தீண்டும் அவாவென்னும்
துன்பத்துள் துன்பங் கெடின்

௩௭:௧௦

ஆரா இயற்கை அவாநீப்பின் அந்நிலையே
பேரா இயற்கை தரும்

௩௮:௧

ஆகூழால் தோன்றும் அசைவின்மை கைப்பொருள்
போகூழால் தோன்றும் மடி

௩௮:௨

பேதைப் படுக்கும் இழவூழ் அறிவகற்றும்
ஆகலூழ் உற்றக் கடை

௩௮:௩

நுண்ணிய நூல்பல கற்பினும் மற்றுந்தன்
உண்மை யறிவே மிகும்

௩௮:௪

இருவேறு உலகத்து இயற்கை திருவேறு
தெள்ளிய ராதலும் வேறு

௩௮:௫

நல்லவை எல்லாஅந் தீயவாம் தீயவும்
நல்லவாம் செல்வம் செயற்கு

௩௮:௬

பரியினும் ஆகாவாம் பாலல்ல உய்த்துச்
சொரியினும் போகா தம

௩௮:௭

வகுத்தான் வகுத்த வகையல்லால் கோடி
தொகுத்தார்க்கு துய்த்தல் அரிது

௩௮:௮

துறப்பார்மன் துப்புர வில்லார் உறற்பால
ஊட்டா கழியு மெனின்

௩௮:௯

நன்றாங்கால் நல்லவாக் காண்பவர் அன்றாங்கால்
அல்லற் படுவ தெவன்

௩௮:௧௦

ஊழிற் பெருவலி யாவுள மற்றொன்று
சூழினுந் தான்முந் துறும்

௩௯:௧

படைகுடி கூழ்அமைச்சு நட்பரண் ஆறும்
உடையான் அரசருள் ஏறு

௩௯:௨

அஞ்சாமை ஈகை அறிவூக்கம் இந்நான்கும்
எஞ்சாமை வேந்தர்க் கியல்பு

௩௯:௩

தூங்காமை கல்வி துணிவுடைமை இம்மூன்றும்
நீங்கா நிலனாள் பவர்க்கு

௩௯:௪

அறனிழுக்கா தல்லவை நீக்கி மறனிழுக்கா
மானம் உடைய தரசு

௩௯:௫

இயற்றலும் ஈட்டலுங் காத்தலும் காத்த
வகுத்தலும் வல்ல தரசு

௩௯:௬

காட்சிக் கெளியன் கடுஞ்சொல்லன் அல்லனேல்
மீக்கூறும் மன்னன் நிலம்

௩௯:௭

இன்சொலால் ஈத்தளிக்க வல்லார்க்குத் தன்சொலால்
தான்கண் டனைத்திவ் வுலகு

௩௯:௮

முறைசெய்து காப்பாற்றும் மன்னவன் மக்கட்கு
இறையென்று வைக்கப் படும்

௩௯:௯

செவிகைப்பச் சொற்பொறுக்கும் பண்புடை வேந்தன்
கவிகைக்கீழ்த் தங்கும் உலகு

௩௯:௧௦

கொடையளி செங்கோல் குடியோம்பல் நான்கும்
உடையானாம் வேந்தர்க் கொளி

௪0:௧

கற்க கசடறக் கற்பவை கற்றபின்
நிற்க அதற்குத் தக

௪0:௨

எண்ணென்ப ஏனை எழுத்தென்ப இவ்விரண்டும்
கண்ணென்ப வாழும் உயிர்க்கு

௪0:௩

கண்ணுடையர் என்பவர் கற்றோர் முகத்திரண்டு
புண்ணுடையர் கல்லா தவர்

௪0:௪

உவப்பத் தலைக்கூடி உள்ளப் பிரிதல்
அனைத்தே புலவர் தொழில்

௪0:௫

உடையார்முன் இல்லார்போல் ஏக்கற்றுங் கற்றார்
கடையரே கல்லா தவர்

௪0:௬

தொட்டனைத் தூறும் மணற்கேணி மாந்தர்க்குக்
கற்றனைத் தூறும் அறிவு

௪0:௭

யாதானும் நாடாமால் ஊராமால் என்னொருவன்
சாந்துணையுங் கல்லாத வாறு

௪0:௮

ஒருமைக்கண் தான்கற்ற கல்வி ஒருவற்கு
எழுமையும் ஏமாப் புடைத்து

௪0:௯

தாமின் புறுவது உலகின் புறக்கண்டு
காமுறுவர் கற்றறிந் தார்

௪0:௧0

கேடில் விழுச்செல்வம் கல்வி யொருவற்கு
மாடல்ல மற்றை யவை

௪௧:௧

அரங்கின்றி வட்டாடி யற்றே நிரம்பிய
நூலின்றிக் கோட்டி கொளல்

௪௧:௨

கல்லாதான் சொற்கா முறுதல் முலையிரண்டும்
இல்லாதாள் பெண்காமுற் றற்று

௪௧:௩

கல்லா தவரும் நனிநல்லர் கற்றார்முன்
சொல்லா திருக்கப் பெறின்

௪௧:௪

கல்லாதான் ஒட்பம் கழியநன் றாயினும்
கொள்ளார் அறிவுடை யார்

௪௧:௫

கல்லா ஒருவன் தகைமை தலைப்பெய்து
சொல்லாடச் சோர்வு படும்

௪௧:௬

உளரென்னும் மாத்திரையர் அல்லால் பயவாக்
களரனையர் கல்லா தவர்

௪௧:௭

நுண்மாண் நுழைபுலம் இல்லான் எழில்நலம்
மண்மாண் புனைபாவை யற்று

௪௧:௮

நல்லார்கண் பட்ட வறுமையின் இன்னாதே
கல்லார்கண் பட்ட திரு

௪௧:௯

மேற்பிறந்தா ராயினும் கல்லாதார் கீழ்ப்பிறந்தும்
கற்றார் அனைத்திலர் பாடு

௪௧:௧௦

விலங்கொடு மக்கள் அனையர் இலங்குநூல்
கற்றாரோடு ஏனை யவர்

௪௨:௧

செல்வத்துட் செல்வஞ் செவிச்செல்வம் அச்செல்வம்
செல்வத்து ளெல்லாந் தலை

௪௨:௨

செவுக்குண வில்லாத போழ்து சிறிது
வயிற்றுக்கும் ஈயப் படும்

௪௨:௩

செவியுணவிற் கேள்வி யுடையார் அவியுணவின்
ஆன்றாரோ டொப்பர் நிலத்து

௪௨:௪

கற்றில னாயினுங் கேட்க அஃதொருவற்கு
ஒற்கத்தின் ஊற்றாந் துணை

௪௨:௫

இழுக்கல் உடையுழி ஊற்றுக்கோல் அற்றே
ஒழுக்க முடையார்வாய்ச் சொல்

௪௨:௬

எனைத்தானும் நல்லவை கேட்க அனைத்தானும்
ஆன்ற பெருமை தரும்

௪௨:௭

பிழைத்துணர்ந்தும் பேதைமை சொல்லா ரிழைத்துணர்ந்
தீண்டிய கேள்வி யவர்

௪௨:௮

கேட்பினுங் கேளாத் தகையவே கேள்வியால்
தோட்கப் படாத செவி

௪௨:௯

நுணங்கிய கேள்விய ரல்லார் வணங்கிய
வாயின ராதல் அரிது

௪௨:௧௦

செவியிற் சுவையுணரா வாயுணர்வின் மாக்கள்
அவியினும் வாழினும் என்

அறிவற்றங் காக்குங் கருவி செறுவார்க்கும்
உள்ளழிக்க லாகா அரண்

சென்ற இடத்தால் செலவிடா தீதொரீஇ
நன்றின்பால் உய்ப்ப தறிவு

எப்பொருள் யார்யார்வாய்க் கேட்பினும் அப்பொருள்
மெய்ப்பொருள் காண்ப தறிவு

எண்பொருள வாகச் செலச்சொல்லித் தான்பிறர்வாய்
நுண்பொருள் காண்ப தறிவு

உலகம் தழீஇய தொட்பம் மலர்தலும்
கூம்பலும் இல்ல தறிவு

எவ்வ துறைவது உலகம் உலகத்தோடு
அவ்வ துறைவ தறிவு

அறிவுடையார் ஆவ தறிவார் அறிவிலார்
அஃதறி கல்லா தவர்

அஞ்சுவ தஞ்சாமை பேதைமை அஞ்சுவது
அஞ்சல் அறிவார் தொழில்

எதிரதாக் காக்கும் அறிவினார்க் கில்லை
அதிர வருவதோர் நோய்

அறிவுடையார் எல்லா முடையார் அறிவிலார்
என்னுடைய ரேனும் இலர்

௪௪:௧

செருக்குஞ் சினமும் சிறுமையும் இல்லார்
பெருக்கம் பெருமித நீர்த்து

௪௪:௨

இவறலும் மாண்பிறந்த மானமும் மாணா
உவகையும் ஏதம் இறைக்கு

௪௪:௩

தினைத்துணையாங் குற்றம் வரினும் பனைத்துணையாக்
கொள்வர் பழிநாணு வார்

௪௪:௪

குற்றமே காக்க பொருளாகக் குற்றமே
அற்றந் த்ரூஉம் பகை

௪௪:௫

வருமுன்னர்க் காவாதான் வாழ்க்கை எரிமுன்னர்
வைத்தூறு போலக் கெடும்

௪௪:௬

தன்குற்றம் நீக்கிப் பிறர்குற்றங் காண்கிற்பின்
என்குற்ற மாகும் இறைக்கு

௪௪:௭

செயற்பால செய்யா திவறியான் செல்வம்
உயற்பால தன்றிக் கெடும்

௪௪:௮

பற்றுள்ளம் என்னும் இவறன்மை எற்றுள்ளும்
எண்ணப் படுவதொன் றன்று

௪௪:௯

வியவற்க எஞ்ஞான்றும் தன்னை நயவற்க
நன்றி பயவா வினை

௪௪:௧௦

காதல காதல் அறியாமை உய்க்கிற்பின்
ஏதில ஏதிலார் நூல்

௪௫:௧

அறனறிந்து மூத்த அறிவுடையார் கேண்மை
திறனறிந்து தேர்ந்து கொளல்

௪௫:௨

உற்றநோய் நீக்கி உறாஅமை முற்காக்கும்
பெற்றியார்ப் பேணிக் கொளல்

௪௫:௩

அரியவற்று ளெல்லாம் அரிதே பெரியாரைப்
பேணித் தமராக் கொளல்

௪௫:௪

தம்மிற் பெரியார் தமரா ஒழுகுதல்
வன்மையு ளெல்லாந் தலை

௪௫:௫

சூழ்வார்கண் ணாக ஒழுகலான் மன்னவன்
சூழ்வாரைக் சூழ்ந்து கொளல்

௪௫:௬

தக்கா ரினத்தனாய்த் தானொழுக வல்லானைச்
செற்றார் செயக்கிடந்த தில்

௪௫:௭

இடிக்குந் துணையாரை யாள்வரை யாரே
கெடுக்குந் தகைமை யவர்

௪௫:௮

இடிப்பாரை இல்லாத ஏமரா மன்னன்
கெடுப்பா ரிலானுங் கெடும்

௪௫:௯

முதலிலார்க ஊதிய மில்லை மதலையாஞ்
சார்பிலார்க் கில்லை நிலை

௪௫:௧௦

பல்லார் பகைகொளலிற் பத்தடுத்த தீமைத்தே
நல்லார் தொடர்கை விடல்

௪௬:௧

சிற்றினம் அஞ்சும் பெருமை சிறுமைதான்
சுற்றமாச் சூழ்ந்து விடும்

௪௬:௨

நிலத்தியல்பால் நீர்திரிந் தற்றாகும் மாந்தர்க்கு
இனத்தியல்ப தாகும் அறிவு

௪௬:௩

மனத்தானாம் மாந்தர்க் குணர்ச்சி இனத்தானாம்
இன்னான் எனப்படுஞ் சொல்

௪௬:௪

மனத்து ளதுபோலக் காட்டி ஒருவற்கு
இனத்துள தாகும் அறிவு

௪௬:௫

மனந்தூய்மை செய்வினை தூய்மை இரண்டும்
இனந்தூய்மை தூவா வரும்

௪௬:௬

மனந்தூயார்க் கெச்சம்நன் றாகும் இனந்தூயார்க்கு
இல்லைநன் றாகா வினை

௪௬:௭

மனநலம் மன்னுயிர்க் காக்கம் இனநலம்
எல்லாப் புகழும் தரும்

௪௬:௮

மனநலம் நன்குடைய ராயினும் சான்றோர்க்கு
இனநலம் ஏமாப் புடைத்து

௪௬:௯

மனநலத்தின் ஆகும் மறுமைமற் றஃதும்
இனநலத்தின் ஏமாப் புடைத்து

௪௬:௧0

நல்லினத்தி னூங்குந் துணையில்லை தீயினத்தின்
அல்லற் படுப்பதூஉம் இல்

அழிவதூஉம் ஆவதூஉம் ஆகி வழிபயக்கும்
ஊதியமும் சூழ்ந்து செயல்

தெரிந்த இனத்தொடு தேர்ந்தெண்ணிச் செய்வார்க்கு
அரும்பொருள் யாதொன்றும் இல்

ஆக்கம் கருதி முதலிழக்கும் செய்வினை
ஊக்கார் அறிவுடை யார்

தெளிவி லதனைத் தொடங்கார் இளிவென்னும்
ஏதப்பாடு அஞ்சு பவர்

வகையறச் சூழா தெழுதல் பகைவரைப்
பாத்திப் படுப்பதோ ராறு

செய்தக்க அல்ல செயக்கெடும் செய்தக்க
செய்யாமை யானுங் கெடும்

எண்ணித் துணிக கருமம் துணிந்தபின்
எண்ணுவம் என்பது இழுக்கு

ஆற்றின் வருந்தா வருத்தம் பலர்நின்று
போற்றினும் பொத்துப் படும்

நன்றாற்ற லுள்ளுந் தவறுண்டு அவரவர்
பண்பறிந் தாற்றாக் கடை

எள்ளாத எண்ணிச் செயல்வேண்டும் தம்மோடு
கொள்ளாத கொள்ளாது உலகு

சஅ:க

வினைவலியும் தன்வலியும் மாற்றான் வலியும்
துணைவலியும் தூக்கிச் செயல்

சஅ:உ

ஒல்வ தறிவது அறிந்ததன் கண்தங்கிச்
செல்வார்க்குச் செல்லாதது இல்

சஅ:ங

உடைத்தம் வலியறியார் ஊக்கத்தின் ஊக்கி
இடைக்கண் முரிந்தார் பலர்

சஅ:ச

அமைந்தாங் கொழுகான் அளவறியான் தன்னை
வியந்தான் விரைந்து கெடும்

சஅ:ரு

பீலிபெய் சாகாடும் அச்சிறும் அப்பண்டஞ்
சால மிகுத்துப் பெயின்

சஅ:சூ

நுனிக்கொம்பர் ஏறினார் அஃதிறந் தூக்கின்
உயிர்க்கிறுதி ஆகி விடும்

சஅ:எ

ஆற்றின் அறவறிந்து ஈக அதுபொருள்
போற்றி வழங்கு நெறி

சஅ:அ

ஆகாறு அளவிட்டி தாயினுங் கேடில்லை
போகாறு அகலாக் கடை

சஅ:கூ

அளவறிந்து வாழாதான் வாழ்க்கை உளபோல
இல்லாகித் தோன்றாக் கெடும்

சஅ:கo

உளவரை தூக்காத ஒப்புர வாண்மை
வளவரை வல்லைக் கெடும்

பகல்வெல்லும் கூகையைக் காக்கை இகல்வெல்லும்
வேந்தர்க்கு வேண்டும் பொழுது

பருவத்தோடு ஒட்ட ஒழுகல் திருவினைத்
தீராமை ஆர்க்குங் கயிறு

அருவினை யென்ப உளவோ கருவியான்
காலம் அறிந்து செயின்

ஞாலம் கருதினுங் கைகூடுங் காலம்
கருதி இடத்தாற் செயின்

காலம் கருதி இருப்பர் கலங்காது
ஞாலம் கருது பவர்

ஊக்க முடையான் ஒடுக்கம் பொருதகர்
தாக்கற்குப் பேருந் தகைத்து

பொள்ளென ஆங்கே புறம்வேரார் காலம்பார்த்து
உள்வேர்ப்பர் ஒள்ளி யவர்

செறுநரைக் காணின் சுமக்க இறுவரை
காணின் கிழக்காம் தலை

எய்தற் கரியது இயைந்தக்கால் அந்நிலையே
செய்தற் கரிய செயல்

கொக்கொக்க கூம்பும் பருவத்து மற்றதன்
குத்தொக்க சீர்த்த இடத்து

ரு௦:க

தொடங்கற்க எவ்வினையும் எள்ளற்க முற்றும்
இடங்கண்ட பின்அல் லது

ரு௦:உ

முரண்சேர்ந்த மொய்ம்பி னவர்க்கும் அரண்சேர்ந்தாம்
ஆக்கம் பலவுந் தரும்

ரு௦:ந

ஆற்றாரும் ஆற்றி அடுப இடனறிந்து
போற்றார்கண் போற்றிச் செயின்

ரு௦:ச

எண்ணியார் எண்ணம் இழப்பர் இடனறிந்து
துன்னியார் துன்னிச் செயின்

ரு௦:ரு

நெடும்புனலுள் வெல்லும் முதலை அடும்புனலின்
நீங்கின் அதனைப் பிற

ரு௦:சு

கடலோடா கால்வல் நெடுந்தேர் கடலோடும்
நாவாயும் ஓடா நிலத்து

ரு௦:எ

அஞ்சாமை அல்லால் துணைவேண்டா எஞ்சாமை
எண்ணி இடத்தால் செயின்

ரு௦:அ

சிறுபடையான் செல்லிடம் சேரின் உறுபடையான்
ஊக்கம் அழிந்து விடும்

ரு௦:கூ

சிறைநலனும் சீரும் இலரெனினும் மாந்தர்
உறைநிலத்தோடு ஒட்டல் அரிது

ரு௦:க௦

காலாழ் களரில் நரியடும் கண்ணஞ்சா
வேலாள் முகத்த களிறு

௫௧௧

அறம்பொருள் இன்பம் உயிரச்சம் நான்கின்
திறந்தெரிந்து தேறப் படும்

௫௧௨

குடிப்பிறந்து குற்றத்தின் நீங்கி வடுப்பரியும்
நாணுடையான் சுட்டே தெளிவு

௫௧௩

அரியகற்று ஆசற்றார் கண்ணும் தெரியுங்கால்
இன்மை அரிதே வெளிறு

௫௧௪

குணம்நாடிக் குற்றமும் நாடி அவற்றுள்
மிகைநாடி மிக்க கொளல்

௫௧௫

பெருமைக்கும் ஏனைச் சிறுமைக்கும் தத்தம்
கருமமே கட்டளைக் கல்

௫௧௬

அற்றாரைத் தேறுதல் ஓம்புக மற்றவர்
பற்றிலர் நாணார் பழி

௫௧௭

காதன்மை கந்தா அறிவறியார்த் தேறுதல்
பேதைமை எல்லாந் தரும்

௫௧௮

தேரான் பிறனைத் தெளிந்தான் வழிமுறை
தீரா இடும்பை தரும்

௫௧௯

தேறற்க யாரையும் தேராது தேர்ந்தபின்
தேறுக தேறும் பொருள்

௫௧௰

தேரான் தெளிவும் தெளிந்தான்கண் ஐயுறவும்
தீரா இடும்பை தரும்

௫௨:௧

நன்மையும் தீமையும் நாடி நலம்புரிந்த
தன்மையான் ஆளப் படும்

௫௨:௨

வாரி பெருக்கி வளம்படுத்து உற்றவை
ஆராய்வான் செய்க வினை

௫௨:௩

அன்பறிவு தேற்றம் அவாவின்மை இந்நான்கும்
நன்குடையான் கட்டே தெளிவு

௫௨:௪

எனைவகையான் தேறியக் கண்ணும் வினைவகையான்
வேறாகும் மாந்தர் பலர்

௫௨:௫

அறிந்தாற்றிச் செய்கிற்பாற்கு அல்லால் வினைதான்
சிறந்தானென்று ஏவற்பாற் றன்று

௫௨:௬

செய்வானை நாடி வினைநாடிக் காலத்தோடு
எய்த உணர்ந்து செயல்

௫௨:௭

இதனை இதனால் இவன்முடிக்கும் என்றாய்ந்து
அதனை அவன்கண் விடல்

௫௨:௮

வினைக்குரிமை நாடிய பின்றை அவனை
அதற்குரிய னாகச் செயல்

௫௨:௯

வினைக்கண் வினையுடையான் கேண்மைவே றாக
நினைப்பானை நீங்கும் திரு

௫௨:௧௦

நாடோறும் நாடுக மன்னன் வினைசெய்வான்
கோடாமை கோடா துலகு

௫௩:௧

பற்றற்ற கண்ணும் பழைமைபா ராட்டுதல்
சுற்றத்தார் கண்ணே உள

௫௩:௨

விருப்பறாச் சுற்றம் இயையின் அருப்பறா
ஆக்கம் பலவும் தரும்

௫௩:௩

அளவளா வில்லாதான் வாழ்க்கை குளவளாக்
கோடின்றி நீர்நிறைந் தற்று

௫௩:௪

சுற்றத்தால் சுற்றப் படஒழுகல் செல்வந்தான்
பெற்றத்தால் பெற்ற பயன்

௫௩:௫

கொடுத்தலும் இன்சொலும் ஆற்றின் அடுக்கிய
சுற்றத்தால் சுற்றப் படும்

௫௩:௬

பெருங்கொடையான் பேணான் வெகுளி அவனின்
மருங்குடையார் மாநிலத்து இல்

௫௩:௭

காக்கை கரவா கரைந்துண்ணும் ஆக்கமும்
அன்னநீ ரார்க்கே உள

௫௩:௮

பொதுநோக்கான் வேந்தன் வரிசையா நோக்கின்
அதுநோக்கி வாழ்வார் பலர்

௫௩:௯

தமராகித் தற்றுறந்தார் சுற்றம் அமராமைக்
காரணம் இன்றி வரும்

௫௩:௧௦

உழைப்பிரிந்து காரணத்தின் வந்தானை வேந்தன்
இழைத்திருந்து எண்ணிக் கொளல்

௫௪:௧

இறந்த வெகுளியின் தீதே சிறந்த
உவகை மகிழ்ச்சியிற் சோர்வு

௫௪:௨

பொச்சாப்புக் கொல்லும் புகழை அறிவினை
நிச்ச நிரப்புக்கொன் றாங்கு

௫௪:௩

பொச்சாப்பார்க் கில்லை புகழ்மை அதுஉலகத்து
எப்பால்நூ லோர்க்கும் துணிவு

௫௪:௪

அச்ச முடையார்க்கு அரணில்லை ஆங்கில்லை
பொச்சாப் புடையார்க்கு நன்கு

௫௪:௫

முன்னுறக் காவாது இழுக்கியான் தன்பிழை
பின்னூறு இரங்கி விடும்

௫௪:௬

இழுக்காமை யார்மாட்டும் என்றும் வழுக்காமை
வாயின் அதுவொப்பது இல்

௫௪:௭

அரியஎன்று ஆகாத இல்லைபொச் சாவாக்
கருவியால் போற்றிச் செயின்

௫௪:௮

புகழ்ந்தவை போற்றிச் செயல்வேண்டும் செய்யாது
இகழ்ந்தார்க்கு எழுமையும் இல்

௫௪:௯

இகழ்ச்சியின் கெட்டாரை உள்ளுக தாந்தம்
மகிழ்ச்சியின் மைந்துறும் போழ்து

௫௪:௧௦

உள்ளியது எய்தல் எளிதுமன் மற்றுந்தான்
உள்ளியது உள்ளப் பெறின்

௫௫:௧

ஓர்ந்துகண் ணோடாது இறைபுரிந்து யார்மாட்டும்
தேர்ந்துசெய் வஃதே முறை

௫௫:௨

வானோக்கி வாழும் உலகெல்லாம் மன்னவன்
கோல்நோக்கி வாழுங் குடி

௫௫:௩

அந்தணர் நூற்கும் அறத்திற்கும் ஆதியாய்
நின்றது மன்னவன் கோல்

௫௫:௪

குடிதழீஇக் கோலோச்சும் மாநில மன்னன்
அடிதழீஇ நிற்கும் உலகு

௫௫:௫

இயல்புளிக் கோலோச்சும் மன்னவன் நாட்ட
பெயலும் விளையுளும் தொக்கு

௫௫:௬

வேலன்று வென்றி தருவது மன்னவன்
கோலதூஉங் கோடா தெனின்

௫௫:௭

இறைகாக்கும் வையகம் எல்லாம் அவனை
முறைகாக்கும் முட்டாச் செயின்

௫௫:௮

எண்பதத்தான் ஓரா முறைசெய்யா மன்னவன்
தண்பதத்தான் தானே கெடும்

௫௫:௯

குடிபுறங் காத்தோம்பிக் குற்றம் கடிதல்
வடுவன்று வேந்தன் தொழில்

௫௫:௧௦

கொலையிற் கொடியாரை வேந்தொறுத்தல் பைங்கூழ்
களைகட் டதனொடு நேர்

௫௬:௧

கொலைமேற்கொண் டாரிற் கொடிதே அலைமேற்கொண்டு
அல்லவை செய்தொழுகும் வேந்து

௫௬:௨

வேலொடு நின்றான் இடுவென் றதுபோலும்
கோலொடு நின்றான் இரவு

௫௬:௩

நாடொறும் நாடி முறைசெய்யா மன்னவன்
நாடொறும் நாடு கெடும்

௫௬:௪

கூழுங் குடியும் ஒருங்கிழக்கும் கோல்கோடிச்
சூழாது செய்யும் அரசு

௫௬:௫

அல்லற்பட்டு ஆற்றாது அழுதகண் ணீரன்றே
செல்வத்தைத் தேய்க்கும் படை

௫௬:௬

மன்னர்க்கு மன்னுதல் செங்கோன்மை அஃதின்றேல்
மன்னாவாம் மன்னர்க் கொளி

௫௬:௭

துளியின்மை ஞாலத்திற்கு எற்றற்றே வேந்தன்
அளியின்மை வாழும் உயிர்க்கு

௫௬:௮

இன்மையின் இன்னாது உடைமை முறைசெய்யா
மன்னவன் கோற்கீழ்ப் படின்

௫௬:௯

முறைகோடி மன்னவன் செய்யின் உறைகோடி
ஒல்லாது வானம் பெயல்

௫௬:௧௦

ஆபயன் குன்றும் அறுதொழிலோர் நூல்மறப்பர்
காவலன் காவான் எனின்

ருஎ:க

தக்காங்கு நாடித் தலைச்செல்லா வண்ணத்தால்

ஒத்தாங்கு ஒறுப்பது வேந்து

ருஎ:உ

கடிதோச்சி மெல்ல எறிக நெடிதாக்கம்

நீங்காமை வேண்டு பவர்

ருஎ:ங

வெருவந்த செய்தொழுகும் வெங்கோல னாயின்

ஒருவந்தம் ஒல்லைக் கெடும்

ருஎ:ச

இறைகடியன் என்றுரைக்கும் இன்னாச்சொல் வேந்தன்

உறைகடுகி ஒல்லைக் கெடும்

ருஎ:ரு

அருஞ்செவ்வி இன்னா முகத்தான் பெருஞ்செல்வம்

பேஎய்கண் டன்னது உடைத்து

ருஎ:சு

கடுஞ்சொல்லன் கண்ணிலன் ஆயின் நெடுஞ்செல்வம்

நீடின்றி ஆங்கே கெடும்

ருஎ:எ

கடுமொழியும் கையிகந்த தண்டமும் வேந்தன்

அடுமுரண் தேய்க்கும் அரம்

ருஎ:அ

இனத்தாற்றி எண்ணாத வேந்தன் சினத்தாற்றிச்

சீறிற் சிறுகும் திரு

ருஎ:கூ

செருவந்த போழ்திற் சிறைசெய்யா வேந்தன்

வெருவந்து வெய்து கெடும்

ருஎ:க௦

கல்லார்ப் பிணிக்கும் கடுங்கோல் அதுவல்லது

இல்லை நிலக்குப் பொறை

௫௮:௧

கண்ணோட்டம் என்னும் கழிபெருங் காரிகை
உண்மையான் உண்டிவ் வுலகு

௫௮:௨

கண்ணோட்டத் துள்ளது உலகியல் அஃதிலார்
உண்மை நிலக்குப் பொறை

௫௮:௩

பண்என்னாம் பாடற்கு இயைபின்றேல் கண்என்னாம்
கண்ணோட்டம் இல்லாத கண்

௫௮:௪

உளபோல் முகத்தெவன் செய்யும் அளவினால்
கண்ணோட்டம் இல்லாத கண்

௫௮:௫

கண்ணிற்கு அணிகலம் கண்ணோட்டம் அஃதின்றேல்
புண்ணென்று உணரப் படும்

௫௮:௬

மண்ணோ டியைந்த மரத்தனையர் கண்ணோ
டியைந்துகண் ணோடா தவர்

௫௮:௭

கண்ணோட்டம் இல்லவர் கண்ணிலர் கண்ணுடையார்
கண்ணோட்டம் இன்மையும் இல்

௫௮:௮

கருமம் சிதையாமல் கண்ணோட வல்லார்க்கு
உரிமை உடைத்திவ் வுலகு

௫௮:௯

ஒறுத்தாற்றும் பண்பினார் கண்ணும்கண் ணோடிப்
பொறுத்தாற்றும் பண்பே தலை

௫௮:௧௦

பெயக்கண்டும் நஞ்சுண் டமைவர் நயத்தக்க
நாகரிகம் வேண்டு பவர்

ருசுல:க

ஒற்றும் உரைசான்ற நூலும் இவையிரண்டும்
தெற்றென்க மன்னவன் கண்

ருசுல:உ

எல்லார்க்கும் எல்லாம் நிகழ்பவை எஞ்ஞான்றும்
வல்லறிதல் வேந்தன் தொழில்

ருசுல:ங

ஒற்றினான் ஒற்றிப் பொருள்தெரியா மன்னவன்
கொற்றங் கொளக்கிடந்தது இல்

ருசுல:ச

வினைசெய்வார் தம்சுற்றம் வேண்டாதார் என்றாங்கு
அனைவரையும் ஆராய்வது ஒற்று

ருசுல:ரு

கடாஅ உருவொடு கண்ணஞ்சாது யாண்டும்
உகாஅமை வல்லதே ஒற்று

ருசுல:சு

துறந்தார் படிவத்த ராகி இறந்தாராய்ந்து
என்செயினும் சோர்விலது ஒற்று

ருசுல:எ

மறைந்தவை கேட்கவற் றாகி அறிந்தவை
ஐயப்பாடு இல்லதே ஒற்று

ருசுல:அ

ஒற்றொற்றித் தந்த பொருளையும் மற்றுமோர்
ஒற்றினால் ஒற்றிக் கொளல்

ருசுல:கூ

ஒற்றெற் றுணராமை ஆள்க உடன்மூவர்
சொற்றொக்க தேறப் படும்

ருசுல:க0

சிறப்பறிய ஒற்றின்கண் செய்யற்க செய்யின்
புறப்படுத்தான் ஆகும் மறை

௬௦:௧

உடையர் எனப்படுவது ஊக்கம் அஃதில்லார்
உடையது உடையரோ மற்று

௬௦:௨

உள்ளம் உடைமை உடைமை பொருளுடைமை
நில்லாது நீங்கி விடும்

௬௦:௩

ஆக்கம் இழந்தேமென்று அல்லாவார் ஊக்கம்
ஒருவந்தம் கைத்துடை யார்

௬௦:௪

ஆக்கம் அதர்வினாய்ச் செல்லும் அசைவிலா
ஊக்க முடையா னுழை

௬௦:௫

வெள்ளத் தனைய மலர்நீட்டம் மாந்தர்தம்
உள்ளத் தனையது உயர்வு

௬௦:௬

உள்ளுவ தெல்லாம் உயர்வுள்ளல் மற்றது
தள்ளினுந் தள்ளாமை நீர்த்து

௬௦:௭

சிதைவிடத்து ஒல்கார் உரவோர் புதையம்பிற்
பட்டுப்பா டூன்றுங் களிறு

௬௦:௮

உள்ளம் இலாதவர் எய்தார் உலகத்து
வள்ளியம் என்னுஞ் செருக்கு

௬௦:௯

பரியது கூர்ங்கோட்டது ஆயினும் யானை
வெரூஉம் புலிதாக் குறின்

௬௦:௧௦

உரமொருவற்கு உள்ள வெறுக்கைஅஃ தில்லார்
மரம்மக்க ளாதலே வேறு

௬௧:௧

குடியென்னும் குன்றா விளக்கம் மடியென்னும்
மாசூர மாய்ந்து கெடும்

௬௧:௨

மடியை மடியா ஒழுகல் குடியைக்
குடியாக வேண்டு பவர்

௬௧:௩

மடிமடிக் கொண்டொழுகும் பேதை பிறந்த
குடிமடியும் தன்னினும் முந்து

௬௧:௪

குடிமடிந்து குற்றம் பெருகும் மடிமடிந்து
மாண்ட உஞற்றி லவர்க்கு

௬௧:௫

நெடுநீர் மறவி மடிதுயில் நான்கும்
கெடுநீரார் காமக் கலன்

௬௧:௬

படியுடையார் பற்றமைந்தக் கண்ணும் மடியுடையார்
மாண்பயன் எய்தல் அரிது

௬௧:௭

இடிபுரிந்து எள்ளுஞ்சொல் கேட்பர் மடிபுரிந்து
மாண்ட உஞற்றி லவர்

௬௧:௮

மடிமை குடிமைக்கண் தங்கின்தன் ஒன்னார்க்கு
அடிமை புகுத்தி விடும்

௬௧:௯

குடியாண்மை யுள்வந்த குற்றம் ஒருவன்
மடியாண்மை மாற்றக் கெடும்

௬௧:௧௦

மடியிலா மன்னவன் எய்தும் அடியளந்தான்
தாஅய தெல்லாம் ஒருங்கு

௬௨:௧

அருமை உடைத்தென்று அசாவாமை வேண்டும்
பெருமை முயற்சி தரும்

௬௨:௨

வினைக்கண் வினைகெடல் ஓம்பல் வினைக்குறை
தீர்ந்தாரின் தீர்ந்தன்று உலகு

௬௨:௩

தாளாண்மை என்னும் தகைமைக்கண் தங்கிற்றே
வேளாண்மை என்னுஞ் செருக்கு

௬௨:௪

தாளாண்மை இல்லாதான் வேளாண்மை பேடிகை
வாளாண்மை போலக் கெடும்

௬௨:௫

இன்பம் விழையான் வினைவிழைவான் தன்கேளிர்
துன்பம் துடைத்தூன்றும் தூண்

௬௨:௬

முயற்சி திருவினை ஆக்கும் முயற்றின்மை
இன்மை புகுத்தி விடும்

௬௨:௭

மடியுளாள் மாமுகடி என்ப மடியிலான்
தாளுளான் தாமரையி னாள்

௬௨:௮

பொறியின்மை யார்க்கும் பழியன்று அறிவறிந்து
ஆள்வினை இன்மை பழி

௬௨:௯

தெய்வத்தான் ஆகா தெனினும் முயற்சிதன்
மெய்வருத்தக் கூலி தரும்

௬௨:௧௦

ஊழையும் உப்பக்கம் காண்பர் உலைவின்றித்
தாழாது உஞற்று பவர்

௬௩:௧

இடுக்கண் வருங்கால் நகுக அதனை
அடுத்தூர்வது அஃதொப்ப தில்

௬௩:௨

வெள்ளத் தனைய இடும்பை அறிவுடையான்
உள்ளத்தின் உள்ளக் கெடும்

௬௩:௩

இடும்பைக்கு இடும்பை படுப்பர் இடும்பைக்கு
இடும்பை படாஅ தவர்

௬௩:௪

மடுத்தவா யெல்லாம் பகடன்னான் உற்ற
இடுக்கண் இடர்ப்பாடு உடைத்து

௬௩:௫

அடுக்கி வரினும் அழிவிலான் உற்ற
இடுக்கண் இடுக்கட் படும்

௬௩:௬

அற்றேமென்று அல்லற் படுபவோ பெற்றேமென்று
ஓம்புதல் தேற்றா தவர்

௬௩:௭

இலக்கம் உடம்பிடும்பைக் கென்று கலக்கத்தைக்
கையாறாக் கொள்ளாதாம் மேல்

௬௩:௮

இன்பம் விழையான் இடும்பை இயல்பென்பான்
துன்பம் உறுதல் இலன்

௬௩:௯

இன்பத்துள் இன்பம் விழையாதான் துன்பத்துள்
துன்பம் உறுதல் இலன்

௬௩:௧௦

இன்னாமை இன்பம் எனக்கொளின் ஆகுந்தன்
ஒன்னார் விழையுஞ் சிறப்பு

௬௪:௧

கருவியும் காலமும் செய்கையும் செய்யும்
அருவினையும் மாண்டது அமைச்சு

௬௪:௨

வன்கண் குடிகாத்தல் கற்றறிதல் ஆள்வினையோடு
ஐந்துடன் மாண்டது அமைச்சு

௬௪:௩

பிரித்தலும் பேணிக் கொளலும் பிரிந்தார்ப்
பொருத்தலும் வல்ல தமைச்சு

௬௪:௪

தெரிதலும் தேர்ந்து செயலும் ஒருதலையாச்
சொல்லலும் வல்லது அமைச்சு

௬௪:௫

அறனறிந்து ஆன்றமைந்த சொல்லான்எஞ் ஞான்றுந்
திறனறிந்தான் தேர்ச்சித் துணை

௬௪:௬

மதிநுட்பம் நூலோடு உடையார்க்கு அதிநுட்பம்
யாவுள முன்நிற் பவை

௬௪:௭

செயற்கை அறிந்தக் கடைத்தும் உலகத்து
இயற்கை அறிந்து செயல்

௬௪:௮

அறிகொன்று அறியான் எனினும் உறுதி
உழையிருந்தான் கூறல் கடன்

௬௪:௯

பழுதெண்ணும் மந்திரியின் பக்கததுள் தெவ்வோர்
எழுபது கோடி உறும்

௬௪:௧௦

முறைப்படச் சூழ்ந்தும் முடிவிலவே செய்வர்
திறப்பாடு இலாஅ தவர்

௬௫:௧

நாநலம் என்னும் நலனுடைமை அந்நலம்
யாநலத்து உள்ளதூஉம் அன்று

௬௫:௨

ஆக்கமுங் கேடும் அதனால் வருதலால்
காத்தோம்பல் சொல்லின்கட் சோர்வு

௬௫:௩

கேட்டார்ப் பிணிக்கும் தகையவாய்க் கேளாரும்
வேட்ப மொழிவதாம் சொல்

௬௫:௪

திறனறிந்து சொல்லுக சொல்லை அறனும்
பொருளும் அதனினூஉங்கு இல்

௬௫:௫

சொல்லுக சொல்லைப் பிறிதோர்சொல் அச்சொல்லை
வெல்லுஞ்சொல் இன்மை அறிந்து

௬௫:௬

வேட்பத்தாஞ் சொல்லிப் பிறர்சொல் பயன்கோடல்
மாட்சியின் மாசற்றார் கோள்

௬௫:௭

சொலல்வல்லன் சோர்விலன் அஞ்சான் அவனை
இகல்வெல்லல் யார்க்கும் அரிது

௬௫:௮

விரைந்து தொழில்கேட்கும் ஞாலம் நிரந்தினிது
சொல்லுதல் வல்லார்ப் பெறின்

௬௫:௯

பலசொல்லக் காமுறுவர் மன்றமா சற்ற
சிலசொல்லல் தேற்றா தவர்

௬௫:௧௦

இணர்ஊழ்த்தும் நாறா மலரனையர் கற்றது
உணர விரித்துரையா தார்

௬௬:௧

துணைநலம் ஆக்கம் தரூஉம் வினைநலம்
வேண்டிய எல்லாந் தரும்

௬௬:௨

என்றும் ஒருவுதல் வேண்டும் புகழொடு
நன்றி பயவா வினை

௬௬:௩

ஓஒதல் வேண்டும் ஒளிமாழ்கும் செய்வினை
ஆஅதும் என்னு மவர்

௬௬:௪

இடுக்கண் படினும் இளிவந்த செய்யார்
நடுக்கற்ற காட்சி யவர்

௬௬:௫

எற்றென்று இரங்குவ செய்யற்க செய்வானேல்
மற்றன்ன செய்யாமை நன்று

௬௬:௬

ஈன்றாள் பசிகாண்பான் ஆயினுஞ் செய்யற்க
சான்றோர் பழிக்கும் வினை

௬௬:௭

பழிமலைந்து எய்திய ஆக்கத்தின் சான்றோர்
கழிநல் குரவே தலை

௬௬:௮

கடிந்த கடிந்தொரார் செய்தார்க்கு அவைதாம்
முடிந்தாலும் பீழை தரும்

௬௬:௯

அழக்கொண்ட எல்லாம் அழப்போம் இழப்பினும்
பிற்பயக்கும் நற்பா லவை

௬௬:௧௦

சலத்தால் பொருள்செய்தே மார்த்தல் பசுமண்
கலத்துள்நீர் பெய்திரீஇ யற்று

சுஎ:க

சூழ்ச்சி முடிவு துணிவெய்தல் அத்துணிவு
தாழ்ச்சியுள் தங்குதல் தீது

தூங்குக தூங்கிச் செயற்பால தூங்கற்க
தூங்காது செய்யும் வினை

ஒல்லும்வா யெல்லாம் வினைநன்றே ஒல்லாக்கால்
செல்லும்வாய் நோக்கிச் செயல்

வினைபகை என்றிரண்டின் எச்சம் நினையுங்கால்
தீயெச்சம் போலத் தெறும்

பொருள்கருவி காலம் வினையிடனொடு ஐந்தும்
இருள்தீர எண்ணிச் செயல்

முடிவும் இடையூறும் முற்றியாங்கு எய்தும்
படுபயனும் பார்த்துச் செயல்

செய்வினை செய்வான் செயன்முறை அவ்வினை
உள்ளறிவான் உள்ளம் கொளல்

வினையான் வினையாக்கிக் கோடல் நனைகவுள்
யானையால் யானையாத் தற்று

நட்டார்க்கு நல்ல செயலின் விரைந்ததே
ஒட்டாரை ஒட்டிக் கொளல்

உறைசிறியார் உள்நடுங்கல் அஞ்சிக் குறைபெறின்
கொள்வர் பெரியார்ப் பணிந்து

௬௯:௧

அன்புடைமை ஆன்ற குடிப்பிறத்தல் வேந்தவாம்
பண்புடைமை தூதுரைப்பான் பண்பு

௬௯:௨

அன்பறிவு ஆராய்ந்த சொல்வன்மை தூதுரைப்பார்க்கு
இன்றி யமையாத மூன்று

௬௯:௩

நூலாருள் நூல்வல்லன் ஆகுதல் வேலாருள்
வென்றி வினையுரைப்பான் பண்பு

௬௯:௪

அறிவுரு வாராய்ந்த கல்விஇம் மூன்றன்
செறிவுடையான் செல்க வினைக்கு

௬௯:௫

தொகச்சொல்லித் தூவாத நீக்கி நகச்சொல்லி
நன்றி பயப்பதாந் தூது

௬௯:௬

கற்றுக்கண் அஞ்சான் செலச்சொல்லிக் காலத்தால்
தக்கது அறிவதாம் தூது

௬௯:௭

கடனறிந்து காலங் கருதி இடனறிந்து
எண்ணி உரைப்பான் தலை

௬௯:௮

தூய்மை துணைமை துணிவுடைமை இம்மூன்றின்
வாய்மை வழியுரைப்பான் பண்பு

௬௯:௯

விடுமாற்றம் வேந்தர்க்கு உரைப்பான் வடுமாற்றம்
வாய்சேரா வன்க ணவன்

௬௯:௧௦

இறுதி பயப்பினும் எஞ்சாது இறைவற்கு
உறுதி பயப்பதாம் தூது

எ0:க

அகலாது அணுகாது தீக்காய்வார் போல்க
இகல்வேந்தர்ச் சேர்ந்தொழுகு வார்

எ0:உ

மன்னர் விழைப விழையாமை மன்னரால்
மன்னிய ஆக்கந் தரும்

எ0:ங

போற்றின் அரியவை போற்றல் கடுத்தபின்
தேற்றுதல் யார்க்கும் அரிது

எ0:ச

செவிச்சொல்லும் சேர்ந்த நகையும் அவித்தொழுகல்
ஆன்ற பெரியா ரகத்து

எ0:ரு

எப்பொருளும் ஓரார் தொடரார்மற் றப்பொருளை
விட்டக்கால் கேட்க மறை

எ0:சு

குறிப்பறிந்து காலங் கருதி வெறுப்பில
வேண்டுப வேட்பச் சொலல்

எ0:எ

வேட்பன சொல்லி வினையில எஞ்ஞான்றும்
கேட்பினும் சொல்லா விடல்

எ0:அ

இளையர் இனமுறையர் என்றிகழார் நின்ற
ஒளியோடு ஒழுகப் படும்

எ0:கூ

கொளப்பட்டேம் என்றெண்ணிக் கொள்ளாத செய்யார்
துளக்கற்ற காட்சி யவர்

எ0:க0

பழையம் எனக்கருதிப் பண்பல்ல செய்யும்
கெழுதகைமை கேடு தரும்

எக:க

கூறாமை நோக்கிக் குறிப்பறிவான் எஞ்ஞான்றும்
மாறாநீர் வையக் கணி

எக:உ

ஐயப் படாஅது அகத்தது உணர்வானைத்
தெய்வத்தோ டொப்பக் கொளல்

எக:ங

குறிப்பிற் குறிப்புணர் வாரை உறுப்பினுள்
யாது கொடுத்தும் கொளல்

எக:ச

குறித்தது கூறாமைக் கொள்வாரோ டேனை
உறுப்போ ரனையரால் வேறு

எக:ரு

குறிப்பிற் குறிப்புணரா வாயின் உறுப்பினுள்
என்ன பயத்தவோ கண்

எக:சு

அடுத்தது காட்டும் பளிங்குபோல் நெஞ்சம்
கடுத்தது காட்டும் முகம்

எக:எ

முகத்தின் முதுக்குறைந்தது உண்டோ உவப்பினும்
காயினும் தான்முந் துறும்

எக:அ

முகம்நோக்கி நிற்க அமையும் அகம்நோக்கி
உற்ற துணர்வார்ப் பெறின்

எக:கூ

பகைமையும் கேண்மையும் கண்ணுரைக்கும் கண்ணின்
வகைமை உணர்வார்ப் பெறின்

எக:கo

நுண்ணியம் என்பார் அளக்குங்கோல் காணுங்கால்
கண்ணல்லது இல்லை பிற

எஉ:க

அவையறிந்து ஆராய்ந்து சொல்லுக சொல்லின்
தொகையறிந்த தூய்மை யவர்

எஉ:உ

இடைதெரிந்து நன்குணர்ந்து சொல்லுக சொல்லின்
நடைதெரிந்த நன்மை யவர்

எஉ:ங

அவையறியார் சொல்லல்மேற் கொள்பவர் சொல்லின்
வகையறியார் வல்லதூஉம் இல்

எஉ:ச

ஒளியார்முன் ஒள்ளிய ராதல் வெளியார்முன்
வான்சுதை வண்ணம் கொளல்

எஉ:ரு

நன்றென்ற வற்றுள்ளும் நன்றே முதுவருள்
முந்து கிளவாச் செறிவு

எஉ:சு

ஆற்றின் நிலைதளர்ந் தற்றே வியன்புலம்
ஏற்றுணர்வார் முன்னர் இழுக்கு

எஉ:எ

கற்றறிந்தார் கல்வி விளங்கும் கசடறச்
சொல்தெரிதல் வல்லார் அகத்து

எஉ:அ

உணர்வ துடையார்முன் சொல்லல் வளர்வதன்
பாத்தியுள் நீர்சொரிந் தற்று

எஉ:கூ

புல்லவையுள் பொச்சாந்தும் சொல்லற்க நல்லவையுள்
நன்குசெலச் சொல்லு வார்

எஉ:க௦

அங்கணத்துள் உக்க அமிழ்தற்றால் தங்கணத்தார்
அல்லார்முன் கோட்டி கொளல்

வகையறிந்து வல்லவை வாய்சோரார் சொல்லின்
தொகையறிந்த தூய்மை யவர்

கற்றாருள் கற்றார் எனப்படுவர் கற்றார்முன்
கற்ற செலச்சொல்லு வார்

பகையகத்துச் சாவார் எளியர் அரியர்
அவையகத்து அஞ்சா தவர்

கற்றார்முன் கற்ற செலச்சொல்லித் தாம்கற்ற
மிக்காருள் மிக்க கொளல்

ஆற்றின் அளவறிந்து கற்க அவையஞ்சா
மாற்றங் கொடுத்தற் பொருட்டு

வாளொடென் வன்கண்ணர் அல்லார்க்கு நூலொடென்
நுண்ணவை அஞ்சு பவர்க்கு

பகையகத்துப் பேடிகை ஒள்வாள் அவையகத்து
அஞ்சு மவன்கற்ற நூல்

பல்லவை கற்றும் பயமிலரே நல்லவையுள்
நன்கு செலச்சொல்லா தார்

கல்லா தவரின் கடையென்ப கற்றறிந்தும்
நல்லா ரவையஞ்சு வார்

உளரெனினும் இல்லாரொடு ஒப்பர் களன்அஞ்சிக்
கற்ற செலச்சொல்லா தார்

எசு:க

தள்ளா விளையுளும் தக்காரும் தாழ்விலாச்
செல்வரும் சேர்வது நாடு

எசு:உ

பெரும்பொருளால் பெட்டக்க தாகி அருங்கேட்டால்
ஆற்ற விளைவது நாடு

எசு:ங

பொறையொருங்கு மேல்வருங்கால் தாங்கி இறைவற்கு
இறையொருங்கு நேர்வது நாடு

எசு:ச

உறுபசியும் ஓவாப் பிணியும் செறுபகையும்
சேரா தியல்வது நாடு

எசு:ரு

பல்குழுவும் பாழ்செய்யும் உட்பகையும் வேந்தலைக்கும்
கொல்குறும்பும் இல்லது நாடு

எசு:சு

கேடறியாக் கெட்ட இடத்தும் வளங்குன்றா
நாடென்ப நாட்டின் தலை

எசு:எ

இருபுனலும் வாய்ந்த மலையும் வருபுனலும்
வல்லரணும் நாட்டிற்கு உறுப்பு

எசு:அ

பிணியின்மை செல்வம் விளைவின்பம் ஏமம்
அணியென்ப நாட்டிவ் வைந்து

எசு:கூ

நாடென்ப நாடா வளத்தன நாடல்ல
நாட வளந்தரு நாடு

எசு:கo

ஆங்கமை வெய்தியக் கண்ணும் பயமின்றே
வேந்தமை வில்லாத நாடு

எருக

ஆற்று பவர்க்கும் அரண்பொருள் அஞ்சித்தற்
போற்று பவர்க்கும் பொருள்

எருஉ

மணிநீரும் மண்ணும் மலையும் அணிநிழற்
காடும் உடைய தரண்

எருங

உயர்வகலம் திண்மை அருமைஇந் நான்கின்
அமைவரண் என்றுரைக்கும் நூல்

எருச

சிறுகாப்பிற் பேரிடத்த தாகி உறுபகை
ஊக்கம் அழிப்ப தரண்

எருரு

கொளற்கரிதாய்க் கொண்டகூழ்த் தாகி அகத்தார்
நிலைக்கெளிதாம் நீரது அரண்

எருசா

எல்லாப் பொருளும் உடைத்தாய் இடத்துதவும்
நல்லாள் உடையது அரண்

எருஎ

முற்றியும் முற்றா தெறிந்தும் அறைப்படுத்தும்
பற்றற் கரியது அரண்

எருஅ

முற்றாற்றி முற்றி யவரையும் பற்றாற்றிப்
பற்றியார் வெல்வது அரண்

எருகூ

முனைமுகத்து மாற்றலர் சாய வினைமுகத்து
வீறெய்தி மாண்ட தரண்

எருக௦

எனைமாட்சித் தாகியக் கண்ணும் வினைமாட்சி
இல்லார்கண் இல்லது அரண்

எசுஃக

பொருளல் லவரைப் பொருளாகச் செய்யும்
பொருளல்லது இல்லை பொருள்

எசுஃஉ

இல்லாரை எல்லாரும் எள்ளுவர் செல்வரை
எல்லாரும் செய்வர் சிறப்பு

எசுஃங

பொருளென்னும் பொய்யா விளக்கம் இருளறுக்கும்
எண்ணிய தேயத்துச் சென்று

எசுஃச

அறன்ஈனும் இன்பமும் ஈனும் திறனறிந்து
தீதின்றி வந்த பொருள்

எசுஃரு

அருளொடும் அன்பொடும் வாராப் பொருளாக்கம்
புல்லார் புரள விடல்

எசுஃசு

உறுபொருளும் உல்கு பொருளும்தன் ஒன்னார்த்
தெறுபொருளும் வேந்தன் பொருள்

எசுஃஎ

அருளென்னும் அன்பீன் குழவி பொருளென்னும்
செல்வச் செவிலியால் உண்டு

எசுஃஅ

குன்றேறி யானைப்போர் கண்டற்றால் தன்கைத்தொன்று
உண்டாகச் செய்வான் வினை

எசுஃசு

செய்க பொருளைச் செறுநர் செருக்கறுக்கும்
எஃகதனிற் கூரிய தில்

எசுஃக0

ஒண்பொருள் காழ்ப்ப இயற்றியார்க்கு எண்பொருள்
ஏனை இரண்டும் ஒருங்கு

எஎ:க

உறுப்பமைந்து ஊறஞ்சா வெல்படை வேந்தன்
வெறுக்கையுள் எல்லாம் தலை

எஎ:உ

உலைவிடத்து ஊறஞ்சா வன்கண் தொலைவிடத்துத்
தொல்படைக் கல்லால் அரிது

எஎ:ங

ஒலித்தக்கால் என்னாம் உவரி எலிப்பகை
நாகம் உயிர்ப்பக் கெடும்

எஎ:ச

அழிவின்றி அறைபோகா தாகி வழிவந்த
வன்க ணதுவே படை

எஎ:ரு

கூற்றுடன்று மேல்வரினும் கூடி எதிர்நிற்கும்
ஆற்ற லதுவே படை

எஎ:சு

மறமானம் மாண்ட வழிச்செலவு தேற்றம்
எனநான்கே ஏமம் படைக்கு

எஎ:எ

தார்தாங்கிச் செல்வது தானை தலைவந்த
போர்தாங்கும் தன்மை அறிந்து

எஎ:அ

அடல்தகையும் ஆற்றலும் இல்லெனினும் தானை
படைத்தகையால் பாடு பெறும்

எஎ:கூ

சிறுமையும் செல்லாத் துனியும் வறுமையும்
இல்லாயின் வெல்லும் படை

எஎ:கo

நிலைமக்கள் சால உடைத்தெனினும் தானை
தலைமக்கள் இல்வழி இல்

எஅ:க

என்னைமுன் நில்லன்மின் தெவ்விர் பலரென்னை
முன்நின்று கல்நின் றவர்

எஅ:உ

கான முயலெய்த அம்பினில் யானை
பிழைத்தவேல் ஏந்தல் இனிது

எஅ:ங

பேராண்மை என்ப தறுகண்ஒன் றுற்றக்கால்
ஊராண்மை மற்றதன் எஃகு

எஅ:ச

கைவேல் களிற்றொடு போக்கி வருபவன்
மெய்வேல் பறியா நகும்

எஅ:ரு

விழித்தகண் வேல்கொண் டெறிய அழித்திமைப்பின்
ஒட்டன்றோ வன்க ணவர்க்கு

எஅ:சு

விழுப்புண் படாதநாள் எல்லாம் வழுக்கினுள்
வைக்கும்தன் நாளை எடுத்து

எஅ:எ

சுழலும் இசைவேண்டி வேண்டா உயிரார்
கழல்யாப்புக் காரிகை நீர்த்து

எஅ:அ

உறின்உயிர் அஞ்சா மறவர் இறைவன்
செறினும் சீர்குன்றல் இலர்

எஅ:கூ

இழைத்தது இகவாமைச் சாவாரை யாரே
பிழைத்தது ஒறுக்கிற் பவர்

எஅ:கO

புரந்தார்கண் நீர்மல்கச் சாகிற்பின் சாக்காடு
இரந்துகோள் தக்கது உடைத்து

எகூ:க

செயற்கரிய யாவுள நட்பின் அதுபோல்
வினைக்கரிய யாவுள காப்பு

எகூ:உ

நிறைநீர நீரவர் கேண்மை பிறைமதிப்
பின்னீர பேதையார் நட்பு

எகூ:ங

நவில்தொறும் நூல்நயம் போலும் பயில்தொறும்
பண்புடை யாளர் தொடர்பு

எகூ:ச

நகுதற் பொருட்டன்று நட்டல் மிகுதிக்கண்
மேற்சென்று இடித்தற் பொருட்டு

எகூ:ரு

புணர்ச்சி பழகுதல் வேண்டா உணர்ச்சிதான்
நட்பாங் கிழமை தரும்

எகூ:சா

முகநக நட்பது நட்பன்று நெஞ்சத்து
அகநக நட்பது நட்பு

எகூ:எ

அழிவி னவைநீக்கி ஆறுய்த்து அழிவின்கண்
அல்லல் உழப்பதாம் நட்பு

எகூ:அ

உடுக்கை இழந்தவன் கைபோல ஆங்கே
இடுக்கண் களைவதாம் நட்பு

எகூ:கூ

நட்பிற்கு வீற்றிருக்கை யாதெனின் கொட்பின்றி
ஒல்லும்வாய் ஊன்றும் நிலை

எகூ:க0

இனையர் இவரெமக்கு இன்னம்யாம் என்று
புனையினும் புல்லென்னும் நட்பு

௮௦:௧

நாடாது நட்டலிற் கேடில்லை நட்டபின்
வீடில்லை நட்பாள் பவர்க்கு

௮௦:௨

ஆய்ந்தாய்ந்து கொள்ளாதான் கேண்மை கடைமுறை
தான்சாம் துயரம் தரும்

௮௦:௩

குணமும் குடிமையும் குற்றமும் குன்றா
இனனும் அறிந்தியாக்க நட்பு

௮௦:௪

குடிப்பிறந்து தன்கண் பழிநாணு வானைக்
கொடுத்தும் கொளல்வேண்டும் நட்பு

௮௦:௫

அழச்சொல்லி அல்லது இடித்து வழக்கறிய
வல்லார்நட்பு ஆய்ந்து கொளல்

௮௦:௬

கேட்டினும் உண்டோர் உறுதி கிளைஞரை
நீட்டி அளப்பதோர் கோல்

௮௦:௭

ஊதியம் என்பது ஒருவற்குப் பேதையார்
கேண்மை ஒரீஇ விடல்

௮௦:௮

உள்ளற்க உள்ளம் சிறுகுவ கொள்ளற்க
அல்லற்கண் ஆற்றறுப்பார் நட்பு

௮௦:௯

கெடுங்காலைக் கைவிடுவார் கேண்மை அடுங்காலை
உள்ளினும் உள்ளஞ் சுடும்

௮௦:௧௦

மருவுக மாசற்றார் கேண்மைஒன் றீத்தும்
ஒருவுக ஒப்பிலார் நட்பு

௮௧:௧

பழைமை எனப்படுவது யாதெனின் யாதும்
கிழமையைக் கீழ்ந்திடா நட்பு

௮௧:௨

நட்பிற் குறுப்புக் கெழுதகைமை மற்றதற்கு
உப்பாதல் சான்றோர் கடன்

௮௧:௩

பழகிய நட்பெவன் செய்யுங் கெழுதகைமை
செய்தாங்கு அமையாக் கடை

௮௧:௪

விழைதகையான் வேண்டி இருப்பர் கெழுதகையாற்
கேளாது நட்டார் செயின்

௮௧:௫

பேதைமை ஒன்றோ பெருங்கிழமை என்றுணர்க
நோதக்க நட்டார் செயின்

௮௧:௬

எல்லைக்கண் நின்றார் துறவார் தொலைவிடத்தும்
தொல்லைக்கண் நின்றார் தொடர்பு

௮௧:௭

அழிவந்த செய்யினும் அன்பறார் அன்பின்
வழிவந்த கேண்மை யவர்

௮௧:௮

கேளிழுக்கம் கேளாக் கெழுதகைமை வல்லார்க்கு
நாளிழுக்கம் நட்டார் செயின்

௮௧:௯

கெடாஅ வழிவந்த கேண்மையார் கேண்மை
விடாஅர் விழையும் உலகு

௮௧:௧௦

விழையார் விழையப் படுப பழையார்கண்
பண்பின் தலைப்பிரியா தார்

௮௨:௧

பருகுவார் போலினும் பண்பிலார் கேண்மை
பெருகலிற் குன்றல் இனிது

௮௨:௨

உறின்நட்டு அறின்ஒருஉம் ஒப்பிலார் கேண்மை
பெறினும் இழப்பினும் என்

௮௨:௩

உறுவது சீர்தூக்கும் நட்பும் பெறுவது
கொள்வாரும் கள்வரும் நேர்

௮௨:௪

அமரகத்து ஆற்றறுக்கும் கல்லாமா அன்னார்
தமரின் தனிமை தலை

௮௨:௫

செய்தேமஞ் சாராச் சிறியவர் புன்கேண்மை
எய்தலின் எய்தாமை நன்று

௮௨:௬

பேதை பெருங்கெழீஇ நட்பின் அறிவுடையார்
ஏதின்மை கோடி உறும்

௮௨:௭

நகைவகைய ராகிய நட்பின் பகைவரால்
பத்தடுத்த கோடி உறும்

௮௨:௮

ஒல்லும் கருமம் உடற்று பவர்கேண்மை
சொல்லாடார் சோர விடல்

௮௨:௯

கனவினும் இன்னாது மன்னோ வினைவேறு
சொல்வேறு பட்டார் தொடர்பு

௮௨:௧0

எனைத்தும் குறுகுதல் ஓம்பல் மனைக்கெழீஇ
மன்றில் பழிப்பார் தொடர்பு

௮௩:௧

சீரிடம் காணின் எறிதற்குப் பட்டடை
நேரா நிரந்தவர் நட்பு

௮௩:௨

இனம்போன்று இனமல்லார் கேண்மை மகளிர்
மனம்போல வேறு படும்

௮௩:௩

பலநல்ல கற்றக் கடைத்து மனநல்லர்
ஆகுதல் மாணார்க் கரிது

௮௩:௪

முகத்தின் இனிய நகாஅ அகத்தின்னா
வஞ்சரை அஞ்சப் படும்

௮௩:௫

மனத்தின் அமையா தவரை எனைத்தொன்றும்
சொல்லினால் தேறற்பாற்று அன்று

௮௩:௬

நட்டார்போல் நல்லவை சொல்லினும் ஒட்டார்சொல்
ஒல்லை உணரப் படும்

௮௩:௭

சொல்வணக்கம் ஒன்னார்கண் கொள்ளற்க வில்வணக்கம்
தீங்கு குறித்தமை யான்

௮௩:௮

தொழுதகை யுள்ளும் படையொடுங்கும் ஒன்னார்
அழுதகண் ணீரும் அனைத்து

௮௩:௯

மிகச்செய்து தம்மெள்ளு வாரை நகச்செய்து
நட்பினுள் சாப்புல்லற் பாற்று

௮௩:௧௦

பகைநட்பாம் காலம் வருங்கால் முகநட்டு
அகநட்பு ஒரீஇ விடல்

௮௪:௧

பேதைமை என்பதொன்று யாதெனின் ஏதங்கொண்டு
ஊதியம் போக விடல்

௮௪:௨

பேதைமையுள் எல்லாம் பேதைமை காதன்மை
கையல்ல தன்கட் செயல்

௮௪:௩

நாணாமை நாடாமை நாரின்மை யாதொன்றும்
பேணாமை பேதை தொழில்

௮௪:௪

ஓதி உணர்ந்தும் பிறர்க்குரைத்தும் தானடங்காப்
பேதையின் பேதையார் இல்

௮௪:௫

ஒருமைச் செயலாற்றும் பேதை எழுமையும்
தான்புக் கழுந்தும் அளறு

௮௪:௬

பொய்படும் ஒன்றோ புனைபூணும் கையறியாப்
பேதை வினைமேற் கொளின்

௮௪:௭

ஏதிலார் ஆரத் தமர்பசிப்பர் பேதை
பெருஞ்செல்வம் உற்றக் கடை

௮௪:௮

மையல் ஒருவன் களித்தற்றால் பேதைதன்
கையொன்று உடைமை பெறின்

௮௪:௯

பெரிதினிது பேதையார் கேண்மை பிரிவின்கண்
பீழை தருவதொன் றில்

௮௪:௧௦

கழாஅக்கால் பள்ளியுள் வைத்தற்றால் சான்றோர்
குழாஅத்துப் பேதை புகல்

௮௫:௧

அறிவின்மை இன்மையுள் இன்மை பிறிதின்மை
இன்மையா வையா துலகு

௮௫:௨

அறிவிலான் நெஞ்சுவந்து ஈதல் பிறிதியாதும்
இல்லை பெறுவான் தவம்

௮௫:௩

அறிவிலார் தாந்தம்மைப் பீழிக்கும் பீழை
செறுவார்க்கும் செய்தல் அரிது

௮௫:௪

வெண்மை எனப்படுவ தியாதெனின் ஒண்மை
உடையம்யாம் என்னும் செருக்கு

௮௫:௫

கல்லாத மேற்கொண் டொழுகல் கசடற
வல்லதூஉம் ஐயம் தரும்

௮௫:௬

அற்றம் மறைத்தலோ புல்லறிவு தம்வயின்
குற்றம் மறையா வழி

௮௫:௭

அருமறை சோரும் அறிவிலான் செய்யும்
பெருமிறை தானே தனக்கு

௮௫:௮

ஏவவும் செய்கலான் தான்தேறான் அவ்வுயிர்
போஒம் அளவுமோர் நோய்

௮௫:௯

காணாதான் காட்டுவான் தான்காணான் காணாதான்
கண்டானாம் தான்கண்ட வாறு

௮௫:௧௦

உலகத்தார் உண்டென்பது இல்லென்பான் வையத்து
அலகையா வைக்கப் படும்

௮௬:௧

இகலென்ப எல்லா உயிர்க்கும் பகலென்னும்
பண்பின்மை பாரிக்கும் நோய்

௮௬:௨

பகல்கருதிப் பற்றா செயினும் இகல்கருதி
இன்னாசெய் யாமை தலை

௮௬:௩

இகலென்னும் எவ்வநோய் நீக்கின் தவலில்லாத்
தாவில் விளக்கம் தரும்

௮௬:௪

இன்பத்துள் இன்பம் பயக்கும் இகலென்னும்
துன்பத்துள் துன்பங் கெடின்

௮௬:௫

இகலெதிர் சாய்ந்தொழுக வல்லாரை யாரே
மிகலூக்கும் தன்மை யவர்

௮௬:௬

இகலின் மிகலினிது என்பவன் வாழ்க்கை
தவலும் கெடலும் நணித்து

௮௬:௭

மிகல்மேவல் மெய்ப்பொருள் காணார் இகல்மேவல்
இன்னா அறிவி னவர்

௮௬:௮

இகலிற்கு எதிர்சாய்தல் ஆக்கம் அதனை
மிக்லூக்கின் ஊக்குமாம் கேடு

௮௬:௯

இகல்காணான் ஆக்கம் வருங்கால் அதனை
மிகல்காணும் கேடு தரற்கு

௮௬:௧௦

இகலானாம் இன்னாத எல்லாம் நகலானாம்
நன்னயம் என்னும் செருக்கு

அஎ:க

வலியார்க்கு மாறேற்றல் ஓம்புக ஓம்பா
மெலியார்மேல் மேக பகை

அஎ:உ

அன்பிலன் ஆன்ற துணையிலன் தான்துவ்வான்
என்பரியும் ஏதிலான் துப்பு

அஎ:ங

அஞ்சும் அறியான் அமைவிலன் ஈகலான்
தஞ்சம் எளியன் பகைக்கு

அஎ:ச

நீங்கான் வெகுளி நிறையிலன் எஞ்ஞான்றும்
யாங்கணும் யார்க்கும் எளிது

அஎ:ரு

வழிநோக்கான் வாய்ப்பன செய்யான் பழிநோக்கான்
பண்பிலன் பற்றார்க்கு இனிது

அஎ:சு

காணாச் சினத்தான் கழிபெருங் காமத்தான்
பேணாமை பேணப் படும்

அஎ:எ

கொடுத்தும் கொளல்வேண்டும் மன்ற அடுத்திருந்து
மாணாத செய்வான் பகை

அஎ:அ

குணனிலனாய்க் குற்றம் பலவாயின் மாற்றார்க்கு
இனனிலனாம் ஏமாப் புடைத்து

அஎ:கூ

செறுவார்க்குச் சேணிகவா இன்பம் அறிவிலா
அஞ்சும் பகைவர்ப் பெறின்

அஎ:க0

கல்லான் வெகுளும் சிறுபொருள் எஞ்ஞான்றும்
ஒல்லானை ஒல்லா தொளி

௮௭௧

பகைஎன்னும் பண்பி லதனை ஒருவன்
நகையேயும் வேண்டற்பாற்று அன்று

௮௭௨

வில்லேர் உழவர் பகைகொளினும் கொள்ளற்க
சொல்லேர் உழவர் பகை

௮௭௩

ஏமுற் றவரினும் ஏழை தமியனாய்ப்
பல்லார் பகைகொள் பவன்

௮௭௪

பகைநட்பாக் கொண்டொழுகும் பண்புடை யாளன்
தகைமைக்கண் தங்கிற்று உலகு

௮௭௫

தன்துணை இன்றால் பகையிரண்டால் தான்ஒருவன்
இன்துணையாக் கொள்கவற்றின் ஒன்று

௮௭௬

தேறினும் தேறா விடினும் அழிவின்கண்
தேறான் பகாஅன் விடல்

௮௭௭

நோவற்க நொந்தது அறியார்க்கு மேவற்க
மென்மை பகைவர் அகத்து

௮௭௮

வகையறிந்து தற்செய்து தற்காப்ப மாயும்
பகைவர்கண் பட்ட செருக்கு

௮௭௯

இளைதாக முள்மரம் கொல்க களையுநர்
கைகொல்லும் காழ்த்த இடத்து

௮௭௧௦

உயிர்ப்ப உளரல்லர் மன்ற செயிர்ப்பவர்
செம்மல் சிதைக்கலா தார்

அசுஃக

சுஉ:க

௯௧:௧

மனைவிழைவார் மாண்பயன் எய்தார் வினைவிழையார்
வேண்டாப் பொருளும் அது

௯௧:௨

பேணாது பெண்விழைவான் ஆக்கம் பெரியதோர்
நாணாக நாணுத் தரும்

௯௧:௩

இல்லாள்கண் தாழ்ந்த இயல்பின்மை எஞ்ஞான்றும்
நல்லாருள் நாணுத் தரும்

௯௧:௪

மனையாளை அஞ்சும் மறுமையி லாளன்
வினையாண்மை வீறெய்த லின்று

௯௧:௫

இல்லாளை அஞ்சுவான் அஞ்சுமற் றெஞ்ஞான்றும்
நல்லார்க்கு நல்ல செயல்

௯௧:௬

இமையாரின் வாழினும் பாடிலரே இல்லாள்
அமையார்தோள் அஞ்சு பவர்

௯௧:௭

பெண்ணேவல் செய்தொழுகும் ஆண்மையின் நாணுடைப்
பெண்ணே பெருமை உடைத்து

௯௧:௮

நட்டார் குறைமுடியார் நன்றாற்றார் நன்னுதலாள்
பெட்டாங்கு ஒழுகு பவர்

௯௧:௯

அறவினையும் ஆன்ற பொருளும் பிறவினையும்
பெண்ஏவல் செய்வார்கண் இல்

௯௧:௧௦

எண்சேர்ந்த நெஞ்சத் திடனுடையார்க்கு எஞ்ஞான்றும்
பெண்சேர்ந்தாம் பேதைமை இல்

கூஉ:க

அன்பின் விழையார் பொருள்விழையும் ஆய்தொடியார்
இன்சொல் இழுக்குத் தரும்

கூஉ:உ

பயன்தூக்கிப் பண்புரைக்கும் பண்பின் மகளிர்
நயன்தூக்கி நள்ளா விடல்

கூஉ:ங

பொருட்பெண்டிர் பொய்ம்மை முயக்கம் இருட்டறையில்
ஏதில் பிணந்தழீஇ அற்று

கூஉ:ச

பொருட்பொருளார் புன்னலந் தோயார் அருட்பொருள்
ஆயும் அறிவி னவர்

கூஉ:ரு

பொதுநலத்தார் புன்னலம் தோயார் மதிநலத்தின்
மாண்ட அறிவி னவர்

கூஉ:சு

தந்நலம் பாரிப்பார் தோயார் தகைசெருக்கிப்
புன்னலம் பாரிப்பார் தோள்

கூஉ:எ

நிறைநெஞ்சம் இல்லவர் தோய்வார் பிறநெஞ்சிற்
பேணிப் புணர்பவர் தோள்

கூஉ:அ

ஆயும் அறிவினர் அல்லார்க்கு அணங்கென்ப
மாய மகளிர் முயக்கு

கூஉ:கூ

வரைவிலா மாணிழையார் மென்தோள் புரையிலாப்
பூரியர்கள் ஆழும் அளறு

கூஉ:க0

இருமனப் பெண்டிரும் கள்ளும் கவறும்
திருநீக்கப் பட்டார் தொடர்பு

௯௩:௧

உட்கப் படாஅர் ஒளியிழப்பர் எஞ்ஞான்றும்
கட்காதல் கொண்டொழுகு வார்

௯௩:௨

உண்ணற்க கள்ளை உணில்உண்க சான்றோரான்
எண்ணப் படவேண்டா தார்

௯௩:௩

ஈன்றாள் முகத்தேயும் இன்னாதால் என்மற்றுச்
சான்றோர் முகத்துக் களி

௯௩:௪

நாண்என்னும் நல்லாள் புறங்கொடுக்கும் கள்ளென்னும்
பேணாப் பெருங்குற்றத் தார்க்கு

௯௩:௫

கையறி யாமை உடைத்தே பொருள்கொடுத்து
மெய்யறி யாமை கொளல்

௯௩:௬

துஞ்சினார் செத்தாரின் வேறல்லர் எஞ்ஞான்றும்
நஞ்சுண்பார் கள்ளுண் பவர்

௯௩:௭

உள்ளொற்றி உள்ளூர் நகப்படுவர் எஞ்ஞான்றும்
கள்ளொற்றிக் கண்சாய் பவர்

௯௩:௮

களித்தறியேன் என்பது கைவிடுக நெஞ்சத்து
ஒளித்ததூஉம் ஆங்கே மிகும்

௯௩:௯

களித்தானைக் காரணம் காட்டுதல் கீழ்நீர்க்
குளித்தானைத் தீத்துரீஇ அற்று

௯௩:௧௦

கள்ளுண்ணாப் போழ்திற் களித்தானைக் காணுங்கால்
உள்ளான்கொல் உண்டதன் சோர்வு

௯௪:௧

வேண்டற்க வென்றிடினும் சூதினை வென்றதூஉம்
தூண்டிற்பொன் மீன்விழுங்கி அற்று

௯௪:௨

ஒன்றெய்தி நூறிழக்கும் சூதர்க்கும் உண்டாங்கொல்
நன்றெய்தி வாழ்வதோர் ஆறு

௯௪:௩

உருளாயம் ஓவாது கூறின் பொருளாயம்
போஒய்ப் புறமே படும்

௯௪:௪

சிறுமை பலசெய்து சீரழிக்கும் சூதின்
வறுமை தருவதொன்று இல்

௯௪:௫

கவறும் கழகமும் கையும் தருக்கி
இவறியார் இல்லாகி யார்

௯௪:௬

அகடாரார் அல்லல் உழப்பர்சூ தென்னும்
முகடியான் மூடப்பட் டார்

௯௪:௭

பழகிய செல்வமும் பண்பும் கெடுக்கும்
கழகத்துக் காலை புகின்

௯௪:௮

பொருள்கெடுத்துப் பொய்மேற் கொளீஇ அருள்கெடுத்து
அல்லல் உழப்பிக்கும் சூது

௯௪:௯

உடைசெல்வம் ஊண்ஒளி கல்விஎன்று ஐந்தும்
அடையாவாம் ஆயங் கொளின்

௯௪:௧௦

இழத்தொறூஉம் காதலிக்கும் சூதேபோல் துன்பம்
உழத்தொறூஉம் காதற்று உயிர்

௯௫:௧

மிகினும் குறையினும் நோய்செய்யும் நூலோர்
வளிமுதலா எண்ணிய மூன்று

௯௫:௨

மருந்தென வேண்டாவாம் யாக்கைக்கு அருந்தியது
அற்றது போற்றி உணின்

௯௫:௩

அற்றால் அறவறிந்து உண்க அஃதுடம்பு
பெற்றான் நெடிதுய்க்கும் ஆறு

௯௫:௪

அற்றது அறிந்து கடைப்பிடித்து மாறல்ல
துய்க்க துவரப் பசித்து

௯௫:௫

மாறுபாடு இல்லாத உண்டி மறுத்துண்ணின்
ஊறுபாடு இல்லை உயிர்க்கு

௯௫:௬

இழிவறிந்து உண்பான்கண் இன்பம்போல் நிற்கும்
கழிபேர் இரையான்கண் நோய்

௯௫:௭

தீயள வன்றித் தெரியான் பெரிதுண்ணின்
நோயள வின்றிப் படும்

௯௫:௮

நோய்நாடி நோய்முதல் நாடி அதுதணிக்கும்
வாய்நாடி வாய்ப்பச் செயல்

௯௫:௯

உற்றான் அளவும் பிணியளவும் காலமும்
கற்றான் கருதிச் செயல்

௯௫:௧௦

உற்றவன் தீர்ப்பான் மருந்துழைச் செல்வானென்று
அப்பால்நாற் கூற்றே மருந்து

௯௬:௧

இற்பிறந்தார் கண்அல்லது இல்லை இயல்பாகச்
செப்பமும் நாணும் ஒருங்கு

௯௬:௨

ஒழுக்கமும் வாய்மையும் நாணும்இம் மூன்றும்
இழுக்கார் குடிப்பிறந் தார்

௯௬:௩

நகைஈகை இன்சொல் இகழாமை நான்கும்
வகையென்ப வாய்மைக் குடிக்கு

௯௬:௪

அடுக்கிய கோடி பெறினும் குடிப்பிறந்தார்
குன்றுவ செய்தல் இலர்

௯௬:௫

வழங்குவ துள்வீழ்ந்தக் கண்ணும் பழங்குடி
பண்பில் தலைப்பிரிதல் இன்று

௯௬:௬

சலம்பற்றிச் சால்பில செய்யார்மா சற்ற
குலம்பற்றி வாழ்தும்என் பார்

௯௬:௭

குடிப்பிறந்தார் கண்விளங்கும் குற்றம் விசும்பின்
மதிக்கண் மறுப்போல் உயர்ந்து

௯௬:௮

நலத்தின்கண் நாரின்மை தோன்றின் அவனைக்
குலத்தின்கண் ஐயப் படும்

௯௬:௯

நிலத்தில் கிடந்தமை கால்காட்டும் காட்டும்
குலத்தில் பிறந்தார்வாய்ச் சொல்

௯௬:௧௦

நலம்வேண்டின் நாணுடைமை வேண்டும் குலம்வேண்டின்
வேண்டுக யார்க்கும் பணிவு

௯௭:௧

இன்றி அமையாச் சிறப்பின ஆயினும்
குன்ற வருப விடல்

௯௭:௨

சீரினும் சீரல்ல செய்யாரே சீரொடு
பேராண்மை வேண்டு பவர்

௯௭:௩

பெருக்கத்து வேண்டும் பணிதல் சிறிய
சுருக்கத்து வேண்டும் உயர்வு

௯௭:௪

தலையின் இழிந்த மயிரனையர் மாந்தர்
நிலையின் இழிந்தக் கடை

௯௭:௫

குன்றின் அனையாரும் குன்றுவர் குன்றுவ
குன்றி அனைய செயின்

௯௭:௬

புகழ்இன்றால் புத்தேள்நாட்டு உய்யாதால் என்மற்று
இகழ்வார்பின் சென்று நிலை

௯௭:௭

ஒட்டார்பின் சென்றொருவன் வாழ்தலின் அந்நிலையே
கெட்டான் எனப்படுதல் நன்று

௯௭:௮

மருந்தோமற்று ஊன்ஓம்பும் வாழ்க்கை பெருந்தகைமை
பீடழிய வந்த இடத்து

௯௭:௯

மயிர்நீப்பின் வாழாக் கவரிமா அன்னார்
உயிர்நீப்பர் மானம் வரின்

௯௭:௧௦

இளிவரின் வாழாத மானம் உடையார்
ஒளிதொழுது ஏத்தும் உலகு

௯௮:௧

ஒளிஒருவற்கு உள்ள வெறுக்கை இளிஒருவற்கு
அஃதிறந்து வாழ்தும் எனல்

௯௮:௨

பிறப்பொக்கும் எல்லா உயிர்க்கும் சிறப்பொவ்வா
செய்தொழில் வேற்றுமை யான்

௯௮:௩

மேலிருந்தும் மேலல்லார் மேலல்லர் கீழிருந்தும்
கீழல்லார் கீழல் லவர்

௯௮:௪

ஒருமை மகளிரே போலப் பெருமையும்
தன்னைத்தான் கொண்டொழுகின் உண்டு

௯௮:௫

பெருமை யுடையவர் ஆற்றுவார் ஆற்றின்
அருமை உடைய செயல்

௯௮:௬

சிறியார் உணர்ச்சியுள் இல்லை பெரியாரைப்
பேணிக்கொள் வேம்என்னும் நோக்கு

௯௮:௭

இறப்பே புரிந்த தொழிற்றாம் சிறப்புந்தான்
சீரல் லவர்கண் படின்

௯௮:௮

பணியுமாம் என்றும் பெருமை சிறுமை
அணியுமாம் தன்னை வியந்து

௯௮:௯

பெருமை பெருமிதம் இன்மை சிறுமை
பெருமிதம் ஊர்ந்து விடல்

௯௮:௧௦

அற்றம் மறைக்கும் பெருமை சிறுமைதான்
குற்றமே கூறி விடும்

௯௯:௧

கடன்என்ப நல்லவை எல்லாம் கடன்அறிந்து
சான்றாண்மை மேற்கொள் பவர்க்கு

௯௯:௨

குணநலம் சான்றோர் நலனே பிறநலம்
எந்நலத்து உள்ளதூஉம் அன்று

௯௯:௩

அன்புநாண் ஒப்புரவு கண்ணோட்டம் வாய்மையொடு
ஐந்துசால் ஊன்றிய தூண்

௯௯:௪

கொல்லா நலத்தது நோன்மை பிறர்தீமை
சொல்லா நலத்தது சால்பு

௯௯:௫

ஆற்றுவார் ஆற்றல் பணிதல் அதுசான்றோர்
மாற்றாரை மாற்றும் படை

௯௯:௬

சால்பிற்குக் கட்டளை யாதெனின் தோல்வி
துலையல்லார் கண்ணும் கொளல்

௯௯:௭

இன்னாசெய் தார்க்கும் இனியவே செய்யாக்கால்
என்ன பயத்ததோ சால்பு

௯௯:௮

இன்மை ஒருவற்கு இளிவன்று சால்பென்னும்
திண்மைஉண் டாகப் பெறின்

௯௯:௯

ஊழி பெயரினும் தாம்பெயரார் சான்றாண்மைக்கு
ஆழி எனப்படு வார்

௯௯:௧௦

சான்றவர் சான்றாண்மை குன்றின் இருநிலந்தான்
தாங்காது மன்னோ பொறை

௯௯௧

எண்பதத்தால் எய்தல் எளிதென்ப யார்மாட்டும்
பண்புடைமை என்னும் வழக்கு

௯௯௨

அன்புடைமை ஆன்ற குடிப்பிறத்தல் இவ்விரண்டும்
பண்புடைமை என்னும் வழக்கு

௯௯௩

உறுப்பொத்தல் மக்களொப்பு அன்றால் வெறுத்தக்க
பண்பொத்தல் ஒப்பதாம் ஒப்பு

௯௯௪

நயனொடு நன்றி புரிந்த பயனுடையார்
பண்புபா ராட்டும் உலகு

௯௯௫

நகையுள்ளும் இன்னா திகழ்ச்சி பகையுள்ளும்
பண்புள பாடறிவார் மாட்டு

௯௯௬

பண்புடையார்ப் பட்டுண்டு உலகம் அதுஇன்றேல்
மண்புக்கு மாய்வது மன்

௯௯௭

அரம்போலும் கூர்மைய ரேனும் மரம்போல்வர்
மக்கட்பண்பு இல்லா தவர்

௯௯௮

நண்பாற்றார் ஆகி நயமில செய்வார்க்கும்
பண்பாற்றார் ஆதல் கடை

௯௯௯

நகல்வல்லர் அல்லார்க்கு மாயிரு ஞாலம்
பகலும்பாற் பட்டன்று இருள்

௧௦௦௦

பண்பிலான் பெற்ற பெருஞ்செல்வம் நன்பால்
கலந்தீமை யால்திரிந் தற்று

௧0௧:௧

வைத்தான்வாய் சான்ற பெரும்பொருள் அஃதுண்ணான்
செத்தான் செயக்கிடந்தது இல்

௧0௧:௨

பொருளானாம் எல்லாமென்று ஈயாது இவறும்
மருளானாம் மாணாப் பிறப்பு

௧0௧:௩

ஈட்டம் இவறி இசைவேண்டா ஆடவர்
தோற்றம் நிலக்குப் பொறை

௧0௧:௪

எச்சமென்று என்எண்ணுங் கொல்லோ ஒருவரால்
நச்சப் படாஅ தவன்

௧0௧:௫

கொடுப்பதூஉம் துய்ப்பதூஉம் இல்லார்க்கு அடுக்கிய
கோடியுண் டாயினும் இல்

௧0௧:௬

ஏதம் பெருஞ்செல்வம் தான்துவ்வான் தக்கார்க்கொன்று
ஈதல் இயல்பிலா தான்

௧0௧:௭

அற்றார்க்கொன்று ஆற்றாதான் செல்வம் மிகநலம்
பெற்றாள் தமியள்மூத் தற்று

௧0௧:௮

நச்சப் படாதவன் செல்வம் நடுவூருள்
நச்சு மரம்பழுத் தற்று

௧0௧:௯

அன்பொரீஇத் தற்செற்று அறநோக்காது ஈட்டிய
ஒண்பொருள் கொள்வார் பிறர்

௧0௧:௧0

சீருடைச் செல்வர் சிறுதுனி மாரி
வறங்கூர்ந் தனையது உடைத்து

௧௦௨:௧

கருமத்தால் நாணுதல் நாணுந் திருநுதல்
நல்லவர் நாணுப் பிற

௧௦௨:௨

ஊணுடை எச்சம் உயிர்க்கெல்லாம் வேறல்ல
நாணுடைமை மாந்தர் சிறப்பு

௧௦௨:௩

ஊனைக் குறித்த உயிரெல்லாம் நாண்என்னும்
நன்மை குறித்தது சால்பு

௧௦௨:௪

அணிஅன்றோ நாணுடைமை சான்றோர்க்கு அஃதின்றேல்
பிணிஅன்றோ பீடு நடை

௧௦௨:௫

பிறர்பழியும் தம்பழியும் நாணுவார் நாணுக்கு
உறைபதி என்னும் உலகு

௧௦௨:௬

நாண்வேலி கொள்ளாது மன்னோ வியன்ஞாலம்
பேணலர் மேலா யவர்

௧௦௨:௭

நாணால் உயிரைத் துறப்பர் உயிர்ப்பொருட்டால்
நாண்துறவார் நாணாள் பவர்

௧௦௨:௮

பிறர்நாணத் தக்கது தான்நாணா னாயின்
அறம்நாணத் தக்கது உடைத்து

௧௦௨:௯

குலஞ்சுடும் கொள்கை பிழைப்பின் நலஞ்சுடும்
நாணின்மை நின்றக் கடை

௧௦௨:௧௦

நாண்அகத் தில்லார் இயக்கம் மரப்பாவை
நாணால் உயிர்மருட்டி அற்று

க0ௗ௩:௧

கருமம் செயஒருவன் கைதூவேன் என்னும்
பெருமையின் பீடுடையது இல்

க0௩:௨

ஆள்வினையும் ஆன்ற அறிவும் எனஇரண்டின்
நீள்வினையால் நீளும் குடி

க0௩:௩

குடிசெய்வல் என்னும் ஒருவற்குத் தெய்வம்
மடிதற்றுத் தான்முந் துறும்

க0௩:௪

சூழாமல் தானே முடிவெய்தும் தம்குடியைத்
தாழாது உஞற்று பவர்க்கு

க0௩:௫

குற்றம் இலனாய்க் குடிசெய்து வாழ்வானைச்
சுற்றமாச் சுற்றும் உலகு

க0௩:௬

நல்லாண்மை என்பது ஒருவற்குத் தான்பிறந்த
இல்லாண்மை ஆக்கிக் கொளல்

க0௩:௭

அமரகத்து வன்கண்ணர் போலத் தமரகத்தும்
ஆற்றுவார் மேற்றே பொறை

க0௩:௮

குடிசெய்வார்க் கில்லை பருவம் மடிசெய்து
மானங் கருதக் கெடும்

க0௩:௯

இடும்பைக்கே கொள்கலம் கொல்லோ குடும்பத்தைக்
குற்ற மறைப்பான் உடம்பு

க0௩:க0

இடுக்கண்கால் கொன்றிட வீழும் அடுத்தூன்றும்
நல்லாள் இலாத குடி

கoசு:க

சுழன்றும்ஏர்ப் பின்னது உலகம் அதனால்
உழந்தும் உழவே தலை

கoசு:உ

உழுவார் உலகத்தார்க்கு ஆணிஅஃ தாற்றாது
எழுவாரை எல்லாம் பொறுத்து

கoசு:ங

உழுதுண்டு வாழ்வாரே வாழ்வார்மற் றெல்லாம்
தொழுதுண்டு பின்செல் பவர்

கoசு:சு

பலகுடை நீழலும் தங்குடைக்கீழ்க் காண்பர்
அலகுடை நீழ லவர்

கoசு:ரு

இரவார் இரப்பார்க்கொன்று ஈவர் கரவாது
கைசெய்தூண் மாலை யவர்

கoசு:சு

உழவினார் கைம்மடங்கின் இல்லை விழைவதூஉம்
விட்டேம்என் பார்க்கும் நிலை

கoசு:எ

தொடிப்புழுதி கஃசா உணக்கின் பிடித்தெருவும்
வேண்டாது சாலப் படும்

கoசு:அ

ஏரினும் நன்றால் எருவிடுதல் கட்டபின்
நீரினும் நன்றதன் காப்பு

கoசு:கூ

செல்லான் கிழவன் இருப்பின் நிலம்புலந்து
இல்லாளின் ஊடி விடும்

கoசு:கo

இலமென்று அசைஇ இருப்பாரைக் காணின்
நிலமென்னும் நல்லாள் நகும்

இன்மையின் இன்னாதது யாதெனின் இன்மையின்
இன்மையே இன்னா தது

இன்மை எனவொரு பாவி மறுமையும்
இம்மையும் இன்றி வரும்

தொல்வரவும் தோலும் கெடுக்கும் தொகையாக
நல்குரவு என்னும் நசை

இற்பிறந்தார் கண்ணேயும் இன்மை இளிவந்த
சொற்பிறக்கும் சோர்வு தரும்

நல்குரவு என்னும் இடும்பையுள் பல்குரைத்
துன்பங்கள் சென்று படும்

நற்பொருள் நன்குணர்ந்து சொல்லினும் நல்கூர்ந்தார்
சொற்பொருள் சோர்வு படும்

அறஞ்சாரா நல்குரவு ஈன்றதா யானும்
பிறன்போல நோக்கப் படும்

இன்றும் வருவது கொல்லோ நெருநலும்
கொன்றது போலும் நிரப்பு

நெருப்பினுள் துஞ்சலும் ஆகும் நிரப்பினுள்
யாதொன்றும் கண்பாடு அரிது

துப்புர வில்லார் துவரத் துறவாமை
உப்பிற்கும் காடிக்கும் கூற்று

௧௦௬:௧

இரக்க இரத்தக்கார்க் காணின் கரப்பின்
அவர்பழி தம்பழி அன்று

௧௦௬:௨

இன்பம் ஒருவற்கு இரத்தல் இரந்தவை
துன்பம் உறாஅ வரின்

௧௦௬:௩

கரப்பிலா நெஞ்சின் கடனறிவார் முன்நின்று
இரப்புமோ ரேஎர் உடைத்து

௧௦௬:௪

இரத்தலும் ஈதலே போலும் கரத்தல்
கனவிலும் தேற்றாதார் மாட்டு

௧௦௬:௫

கரப்பிலார் வையகத்து உண்மையால் கண்ணின்று
இரப்பவர் மேற்கொள் வது

௧௦௬:௬

கரப்பிடும்பை யில்லாரைக் காணின் நிரப்பிடும்பை
எல்லாம் ஒருங்கு கெடும்

௧௦௬:௭

இகழ்ந்தெள்ளாது ஈவாரைக் காணின் மகிழ்ந்துள்ளம்
உள்ளுள் உவப்பது உடைத்து

௧௦௬:௮

இரப்பாரை இல்லாயின் ஈர்ங்கண்மா ஞாலம்
மரப்பாவை சென்றுவந் தற்று

௧௦௬:௯

ஈவார்கண் என்னுண்டாம் தோற்றம் இரந்துகோள்
மேவார் இலாஅக் கடை

௧௦௬:௧௦

இரப்பான் வெகுளாமை வேண்டும் நிரப்பிடும்பை
தானேயும் சாலும் கரி

௧௦௭௧

கரவாது உவந்தீயும் கண்ணன்னார் கண்ணும்
இரவாமை கோடி உறும்

௧௦௭௨

இரந்தும் உயிர்வாழ்தல் வேண்டின் பரந்து
கெடுக உலகியற்றி யான்

௧௦௭௩

இன்மை இடும்பை இரந்துதீர் வாமென்னும்
வன்மையின் வன்பாட்ட தில்

௧௦௭௪

இடமெல்லாம் கொள்ளாத் தகைத்தே இடமில்லாக்
காலும் இரவொல்லாச் சால்பு

௧௦௭௫

தெண்ணீர் அடுபுற்கை ஆயினும் தாள்தந்தது
உண்ணலின் ஊங்கினிய தில்

௧௦௭௬

ஆவிற்கு நீரென்று இரப்பினும் நாவிற்கு
இரவின் இளிவந்த தில்

௧௦௭௭

இரப்பன் இரப்பாரை எல்லாம் இரப்பின்
கரப்பார் இரவன்மின் என்று

௧௦௭௮

இரவென்னும் ஏமாப்பில் தோணி கரவென்னும்
பார்தாக்கப் பக்கு விடும்

௧௦௭௯

இரவுள்ள உள்ளம் உருகும் கரவுள்ள
உள்ளதூஉம் இன்றிக் கெடும்

௧௦௮௦

கரப்பவர்க்கு யாங்கொளிக்கும் கொல்லோ இரப்பவர்
சொல்லாடப் போஓம் உயிர்

க௦அ:க

மக்களே போல்வர் கயவர் அவரன்ன
ஒப்பாரி யாங்கண்ட தில்

க௦அ:உ

நன்றறி வாரிற் கயவர் திருவுடையர்
நெஞ்சத்து அவலம் இலர்

க௦அ:ங

தேவர் அனையர் கயவர் அவருந்தாம்
மேவன செய்தொழுக லான்

க௦அ:ச

அகப்பட்டி ஆவாரைக் காணின் அவரின்
மிகப்பட்டுச் செம்மாக்கும் கீழ்

க௦அ:ரு

அச்சமே கீழ்களது ஆசாரம் எச்சம்
அவாவுண்டேல் உண்டாம் சிறிது

க௦அ:சா

அறைபறை அன்னர் கயவர்தாம் கேட்ட
மறைபிறர்க்கு உய்த்துரைக்க லான்

க௦அ:எ

ஈர்ங்கை விதிரார் கயவர் கொடிறுடைக்கும்
கூன்கையர் அல்லா தவர்க்கு

க௦அ:அ

சொல்லப் பயன்படுவர் சான்றோர் கரும்புபோல்
கொல்லப் பயன்படும் கீழ்

க௦அ:கூ

உடுப்பதூஉம் உண்பதூஉம் காணின் பிறர்மேல்
வடுக்காண வற்றாகும் கீழ்

க௦அ:க௦

எற்றிற் குரியர் கயவரொன்று உற்றக்கால்
விற்றற்கு உரியர் விரைந்து

௧௦௯:௧

அணங்குகொல் ஆய்மயில் கொல்லோ கனங்குழை
மாதர்கொல் மாலும்என் நெஞ்சு

௧௦௯:௨

நோக்கினாள் நோக்கெதிர் நோக்குதல் தாக்கணங்கு
தானைக்கொண் டன்ன துடைத்து

௧௦௯:௩

பண்டறியேன் கூற்றென் பதனை இனியறிந்தேன்
பெண்டகையால் பேரமர்க் கட்டு

௧௦௯:௪

கண்டார் உயிருண்ணும் தோற்றத்தால் பெண்டகைப்
பேதைக்கு அமர்த்தன கண்

௧௦௯:௫

கூற்றமோ கண்ணோ பிணையோ மடவரல்
நோக்கமிம் மூன்றும் உடைத்து

௧௦௯:௬

கொடும்புருவம் கோடா மறைப்பின் நடுங்கஞர்
செய்யல மன்இவள் கண்

௧௦௯:௭

கடாஅக் களிற்றின்மேற் கட்படாம் மாதர்
படாஅ முலைமேல் துகில்

௧௦௯:௮

ஒண்ணுதற் கோஒ உடைந்ததே ஞாட்பினுள்
நண்ணாரும் உட்குமென் பீடு

௧௦௯:௯

பிணையேர் மடநோக்கும் நாணும் உடையாட்கு
அணியெவனோ ஏதில தந்து

௧௦௯:௧௦

உண்டார்கண் அல்லது அடுநறாக் காமம்போல்
கண்டார் மகிழ்செய்தல் இன்று

௧௧௦:௧

இருநோக்கு இவளுண்கண் உள்ளது ஒருநோக்கு
நோய்நோக்கொன் றந்நோய் மருந்து

௧௧௦:௨

கண்களவு கொள்ளும் சிறுநோக்கம் காமத்தில்
செம்பாகம் அன்று பெரிது

௧௧௦:௩

நோக்கினாள் நோக்கி இறைஞ்சினாள் அஃதவள்
யாப்பினுள் அட்டிய நீர்

௧௧௦:௪

யான்நோக்கும் காலை நிலன்நோக்கும் நோக்காக்கால்
தான்நோக்கி மெல்ல நகும்

௧௧௦:௫

குறிக்கொண்டு நோக்காமை அல்லால் ஒருகண்
சிறக்கணித்தாள் போல நகும்

௧௧௦:௬

உறாஅ தவர்போல் சொலினும் செறாஅர்சொல்
ஒல்லை உணரப் படும்

௧௧௦:௭

செறாஅச் சிறுசொல்லும் செற்றார்போல் நோக்கும்
உறாஅர்போன்று உற்றார் குறிப்பு

௧௧௦:௮

அசையியற்கு உண்டாண்டோர் ஏஎர்யான் நோக்கப்
பசையினள் பைய நகும்

௧௧௦:௯

ஏதிலார் போலப் பொதுநோக்கு நோக்குதல்
காதலார் கண்ணே உள

௧௧௦:௧௦

கண்ணொடு கண்இணை நோக்கொக்கின் வாய்ச்சொற்கள்
என்ன பயனும் இல

கண்டுகேட்டு உண்டுயிர்த்து உற்றறியும் ஐம்புலனும்
ஒண்தொடி கண்ணே உள

பிணிக்கு மருந்து பிறமன் அணியிழை
தன்நோய்க்குத் தானே மருந்து

தாம்வீழ்வார் மென்றோள் துயிலின் இனிதுகொல்
தாமரைக் கண்ணான் உலகு

நீங்கின் தெறூஉம் குறுகுங்கால் தண்ணென்னும்
தீயாண்டுப் பெற்றாள் இவள்

வேட்ட பொழுதின் அவையவை போலுமே
தோட் டார் கதுப்பினாள் தோள்

உறுதோறு உயிர்தளிர்ப்பத் தீண்டலால் பேதைக்கு
அமிழ்தின் இயன்றன தோள்

தம்மில் இருந்து தமதுபாத்து உண்டற்றால்
அம்மா அரிவை முயக்கு

வீழும் இருவர்க்கு இனிதே வளியிடை
போழப் படாஅ முயக்கு

ஊடல் உணர்தல் புணர்தல் இவைகாமம்
கூடியார் பெற்ற பயன்

அறிதோறு அறியாமை கண்டற்றால் காமம்
செறிதோறும் சேயிழை மாட்டு

௧௧௨:௧

நன்னீரை வாழி அனிச்சமே நின்னினும்
மென்னீரள் யாம்வீழ் பவள்

௧௧௨:௨

மலர்காணின் மையாத்தி நெஞ்சே இவள்கண்
பலர்காணும் பூவொக்கும் என்று

௧௧௨:௩

முறிமேனி முத்தம் முறுவல் வெறிநாற்றம்
வேலுண்கண் வேய்த்தோ ளவட்கு

௧௧௨:௪

காணின் குவளை கவிழ்ந்து நிலன்நோக்கும்
மாணிழை கண்ணொவ்வேம் என்று

௧௧௨:௫

அனிச்சப்பூக் கால்களையாள் பெய்தாள் நுகப்பிற்கு
நல்ல படாஅ பறை

௧௧௨:௬

மதியும் மடந்தை முகனும் அறியா
பதியின் கலங்கிய மீன்

௧௧௨:௭

அறுவாய் நிறைந்த அவிர்மதிக்குப் போல
மறுவுண்டோ மாதர் முகத்து

௧௧௨:௮

மாதர் முகம்போல் ஒளிவிட வல்லையேல்
காதலை வாழி மதி

௧௧௨:௯

மலரன்ன கண்ணாள் முகமொத்தி யாயின்
பலர்காணத் தோன்றல் மதி

௧௧௨:௧௦

அனிச்சமும் அன்னத்தின் தூவியும் மாதர்
அடிக்கு நெருஞ்சிப் பழம்

ககங:க

பாலொடு தேன்கலந் தற்றே பணிமொழி
வாலெயிறு ஊறிய நீர்

ககங:உ

உடம்பொடு உயிரிடை என்னமற் றன்ன
மடந்தையொடு எம்மிடை நட்பு

ககங:ங

கருமணியிற் பாவாய்நீ போதாயாம் வீழும்
திருநுதற்கு இல்லை இடம்

ககங:ச

வாழ்தல் உயிர்க்கன்னள் ஆயிழை சாதல்
அதற்கன்னள் நீங்கும் இடத்து

ககங:ரு

உள்ளுவன் மன்யான் மறப்பின் மறப்பறியேன்
ஒள்ளமர்க் கண்ணாள் குணம்

ககங:சா

கண்ணுள்ளின் போகார் இமைப்பின் பருகுவரா
நுண்ணியர்எம் காத லவர்

ககங:எ

கண்ணுள்ளார் காத லவராகக் கண்ணும்
எழுதேம் கரப்பாக்கு அறிந்து

ககங:அ

நெஞ்சத்தார் காத லவராக வெய்துண்டல்
அஞ்சுதும் வேபாக் கறிந்து

ககங:கூ

இமைப்பின் கரப்பாக்கு அறிவல் அனைத்திற்கே
ஏதிலர் என்னும்இவ் வூர்

ககங:க0

உவந்துறைவர் உள்ளத்துள் என்றும் இகந்துறைவர்
ஏதிலர் என்னும்இவ் வூர்

௧௧௪:௧

காமம் உழந்து வருந்தினார்க்கு ஏமம்
மடலல்லது இல்லை வலி

௧௧௪:௨

நோனா உடம்பும் உயிரும் மடலேறும்
நாணினை நீக்கி நிறுத்து

௧௧௪:௩

நாணொடு நல்லாண்மை பண்டுடையேன் இன்றுடையேன்
காமுற்றார் ஏறும் மடல்

௧௧௪:௪

காமக் கடும்புனல் உய்க்கும் நாணொடு
நல்லாண்மை என்னும் புணை

௧௧௪:௫

தொடலைக் குறுந்தொடி தந்தாள் மடலொடு
மாலை உழக்கும் துயர்

௧௧௪:௬

மடலூர்தல் யாமத்தும் உள்ளுவேன் மன்ற
படல்ஒல்லா பேதைக்கென் கண்

௧௧௪:௭

கடலன்ன காமம் உழந்தும் மடலேறாப்
பெண்ணின் பெருந்தக்க தில்

௧௧௪:௮

நிறையரியர் மன்அளியர் என்னாது காமம்
மறையிறந்து மன்று படும்

௧௧௪:௯

அறிகிலார் எல்லாரும் என்றேஎன் காமம்
மறுகின் மறுகும் மருண்டு

௧௧௪:௧௦

யாம்கண்ணின் காண நகுப அறிவில்லார்
யாம்பட்ட தாம்படா ஆறு

கக௫:க

அலரெழ ஆருயிர் நிற்கும் அதனைப்
பலரறியார் பாக்கியத் தால்

கக௫:உ

மலரன்ன கண்ணாள் அருமை அறியாது
அலரெமக்கு ஈந்ததிவ் வூர்

கக௫:௩

உறாஅதோ ஊரறிந்த கௌவை அதனைப்
பெறாஅது பெற்றன்ன நீர்த்து

கக௫:௪

கவ்வையால் கவ்விது காமம் அதுவின்றேல்
தவ்வென்னும் தன்மை இழந்து

கக௫:௫

களித்தொறும் கள்ளுண்டல் வேட்டற்றால் காமம்
வெளிப்படுந் தோறும் இனிது

கக௫:௬

கண்டது மன்னும் ஒருநாள் அலர்மன்னும்
திங்களைப் பாம்புகொண் டற்று

கக௫:எ

ஊரவர் கௌவை எருவாக அன்னைசொல்
நீராக நீளும்இந் நோய்

கக௫:அ

நெய்யால் எரிநுதுப்பேம் என்றற்றால் கௌவையால்
காமம் நுதுப்பேம் எனல்

கக௫:௯

அலர்நாண ஒல்வதோ அஞ்சலோம்பு என்றார்
பலர்நாண நீத்தக் கடை

கக௫:க0

தாம்வேண்டின் நல்குவர் காதலர் யாம்வேண்டும்
கௌவை எடுக்கும்இவ் வூர்

௧௧௬:௧

செல்லாமை உண்டேல் எனக்குரை மற்றுநின்
வல்வரவு வாழ்வார்க் குரை

௧௧௬:௨

இன்கண் உடைத்தவர் பார்வல் பிரிவஞ்சும்
புன்கண் உடைத்தால் புணர்வு

௧௧௬:௩

அரிதரோ தேற்றம் அறிவுடையார் கண்ணும்
பிரிவோ ரிடத்துண்மை யான்

௧௧௬:௪

அளித்தஞ்சல் என்றவர் நீப்பின் தெளித்தசொல்
தேறியார்க்கு உண்டோ தவறு

௧௧௬:௫

ஓம்பின் அமைந்தார் பிரிவோம்பல் மற்றவர்
நீங்கின் அரிதால் புணர்வு

௧௧௬:௬

பிரிவுரைக்கும் வன்கண்ணர் ஆயின் அரிதவர்
நல்குவர் என்னும் நசை

௧௧௬:௭

துறைவன் துறந்தமை தூற்றாகொல் முன்கை
இறைஇறவா நின்ற வளை

௧௧௬:௮

இன்னாது இனன்இல்ஊர் வாழ்தல் அதனினும்
இன்னாது இனியார்ப் பிரிவு

௧௧௬:௯

தொடிற்சுடின் அல்லது காமநோய் போல
விடிற்சுடல் ஆற்றுமோ தீ

௧௧௬:௧௦

அரிதாற்றி அல்லல்நோய் நீக்கிப் பிரிவாற்றிப்
பின்இருந்து வாழ்வார் பலர்

கக௭௧

மறைப்பேன்மன் யானிஃதோ நோயை இறைப்பவர்க்கு
ஊற்றுநீர் போல மிகும்

கக௭௨

கரத்தலும் ஆற்றேன்இந் நோயைநோய் செய்தார்க்கு
உரைத்தலும் நாணுத் தரும்

கக௭௩

காமமும் நாணும் உயிர்காவாத் தூங்கும்என்
நோனா உடம்பின் அகத்து

கக௭௪

காமக் கடல்மன்னும் உண்டே அதுநீந்தும்
ஏமப் புணைமன்னும் இல்

கக௭௫

துப்பின் எவனாவர் மன்கொல் துயர்வரவு
நட்பினுள் ஆற்று பவர்

கக௭௬

இன்பம் கடல்மற்றுக் காமம் அஃதடுங்கால்
துன்பம் அதனிற் பெரிது

கக௭௭

காமக் கடும்புனல் நீந்திக் கரைகாணேன்
யாமத்தும் யானே உளேன்

கக௭௮

மன்னுயிர் எல்லாம் துயிற்றி அளித்திரா
என்னல்லது இல்லை துணை

கக௭௯

கொடியார் கொடுமையின் தாம்கொடிய இந்நாள்
நெடிய கழியும் இரா

கக௭௰

உள்ளம்போன்று உள்வழிச் செல்கிற்பின் வெள்ளநீர்
நீந்தல மன்னோஎன் கண்

கக௮:க

கண்தாம் கலுழ்வ தெவன்கொலோ தண்டாநோய்
தாம்காட்ட யாம்கண் டது

கக௮:உ

தெரிந்துணரா நோக்கிய உண்கண் பரிந்துணராப்
பைதல் உழப்பது எவன்

கக௮:௩

கதுமெனத் தாநோக்கித் தாமே கலுழும்
இதுநகத் தக்க துடைத்து

கக௮:௪

பெயலாற்றா நீருலந்த உண்கண் உயலாற்றா
உய்வில்நோய் என்கண் நிறுத்து

கக௮:௫

படலாற்றா பைதல் உழக்கும் கடலாற்றாக்
காமநோய் செய்தஎன் கண்

கக௮:௬

ஓஒ இனிதே எமக்கிந்நோய் செய்தகண்
தாஅம் இதற்பட் டது

கக௮:௭

உழந்துழந் துள்நீர் அறுக விழைந்திழைந்து
வேண்டி அவர்க்கண்ட கண்

கக௮:௮

பேணாது பெட்டார் உளர்மன்னோ மற்றவர்க்
காணாது அமைவில கண்

கக௮:௯

வாராக்கால் துஞ்சா வரின்துஞ்சா ஆயிடை
ஆரஞர் உற்றன கண்

கக௮:க0

மறைபெறல் ஊரார்க்கு அரிதன்றால் எம்போல்
அறைபறை கண்ணார் அகத்து

கககூ:க

நயந்தவர்க்கு நல்காமை நேர்ந்தேன் பசந்தவென்
பண்பியார்க்கு உரைக்கோ பிற

கககூ:உ

அவர்தந்தார் என்னும் தகையால் இவர்தந்தென்
மேனிமேல் ஊரும் பசப்பு

கககூ:ங

சாயலும் நாணும் அவர்கொண்டார் கைம்மாறா
நோயும் பசலையும் தந்து

கககூ:ச

உள்ளுவன் மன்யான் உரைப்பது அவர்திறமால்
கள்ளம் பிறவோ பசப்பு

கககூ:ரு

உவக்காண்எம் காதலர் செல்வார் இவக்காண்என்
மேனி பசப்பூர் வது

கககூ:சு

விளக்கற்றம் பார்க்கும் இருளேபோல் கொண்கன்
முயக்கற்றம் பார்க்கும் பசப்பு

கககூ:எ

புல்லிக் கிடந்தேன் புடைபெயர்ந்தேன் அவ்வளவில்
அள்ளிக்கொள் வற்றே பசப்பு

கககூ:அ

பசந்தாள் இவள்என்பது அல்லால் இவளைத்
துறந்தார் அவர்என்பார் இல்

கககூ:கூ

பசக்கமன் பட்டாங்கென் மேனி நயப்பித்தார்
நன்னிலையர் ஆவர் எனின்

கககூ:க0

பசப்பெனப் பேர்பெறுதல் நன்றே நயப்பித்தார்
நல்காமை தூற்றார் எனின்

கஉ0:க

தாம்வீழ்வார் தம்வீழப் பெற்றவர் பெற்றாரே
காமத்துக் காழில் கனி

கஉ0:உ

வாழ்வார்க்கு வானம் பயந்தற்றால் வீழ்வார்க்கு
வீழ்வார் அளிக்கும் அளி

கஉ0:ங

வீழுநர் வீழப் படுவார்க்கு அமையுமே
வாழுநம் என்னும் செருக்கு

கஉ0:ச

வீழப் படுவார் கெழீஇயிலர் தாம்வீழ்வார்
வீழப் படாஅர் எனின்

கஉ0:ரு

நாம்காதல் கொண்டார் நமக்கெவன் செய்பவோ
தாம்காதல் கொள்ளாக் கடை

கஉ0:சு

ஒருதலையான் இன்னாது காமம்காப் போல
இருதலை யானும் இனிது

கஉ0:எ

பருவரலும் பைதலும் காணான்கொல் காமன்
ஒருவர்கண் நின்றொழுகு வான்

கஉ0:அ

வீழ்வாரின் இன்சொல் பெறாஅது உலகத்து
வாழ்வாரின் வன்கணார் இல்

கஉ0:கூ

நசைஇயார் நல்கார் எனினும் அவர்மாட்டு
இசையும் இனிய செவிக்கு

கஉ0:க0

உறாஅர்க்கு உறுநோய் உரைப்பாய் கடலைச்
செறாஅஅய் வாழிய நெஞ்சு

௧௨௧:௧

உள்ளினும் தீராப் பெருமகிழ் செய்தலால்
கள்ளினும் காமம் இனிது

௧௨௧:௨

எனைத்தொன்று இனிதேகாண் காமம்தாம் வீழ்வார்
நினைப்ப வருவதொன்று இல்

௧௨௧:௩

நினைப்பவர் போன்று நினையார்கொல் தும்மல்
சினைப்பது போன்று கெடும்

௧௨௧:௪

யாமும் உளேங்கொல் அவர்நெஞ்சத்து எந்நெஞ்சத்து
ஓஒ உளரே அவர்

௧௨௧:௫

தம்நெஞ்சத்து எம்மைக் கடிகொண்டார் நாணார்கொல்
எம்நெஞ்சத்து ஓவா வரல்

௧௨௧:௬

மற்றியான் என்னுளேன் மன்னோ அவரொடுயான்
உற்றநாள் உள்ள உளேன்

௧௨௧:௭

மறப்பின் எவனாவன் மற்கொல் மறப்பறியேன்
உள்ளினும் உள்ளம் சுடும்

௧௨௧:௮

எனைத்து நினைப்பினும் காயார் அனைத்தன்றோ
காதலர் செய்யும் சிறப்பு

௧௨௧:௯

விளியுமென் இன்னுயிர் வேறல்லம் என்பார்
அளியின்மை ஆற்ற நினைந்து

௧௨௧:௧௦

விடாஅது சென்றாரைக் கண்ணினால் காணப்
படாஅதி வாழி மதி

கஉஉ:க

காதலர் தூதொடு வந்த கனவினுக்கு
யாதுசெய் வேன்கொல் விருந்து

கஉஉ:உ

கயலுண்கண் யானிரப்பத் துஞ்சிற் கலந்தார்க்கு
உயலுண்மை சாற்றுவேன் மன்

கஉஉ:ந

நனவினால் நல்கா தவரைக் கனவினால்
காண்டலின் உண்டென் உயிர்

கஉஉ:ச

கனவினான் உண்டாகும் காமம் நனவினான்
நல்காரை நாடித் தரற்கு

கஉஉ:ரு

நனவினால் கண்டதூஉம் ஆங்கே கனவுந்தான்
கண்ட பொழுதே இனிது

கஉஉ:சா

நனவென ஒன்றில்லை ஆயின் கனவினால்
காதலர் நீங்கலர் மன்

கஉஉ:எ

நனவினால் நல்காக் கொடியார் கனவனால்
என்எம்மைப் பீழிப் பது

கஉஉ:அ

துஞ்சுங்கால் தோள்மேலர் ஆகி விழிக்குங்கால்
நெஞ்சத்தர் ஆவர் விரைந்து

கஉஉ:கூ

நனவினால் நல்காரை நோவர் கனவினால்
காதலர்க் காணா தவர்

கஉஉ:க0

நனவினால் நம்நீத்தார் என்பர் கனவினால்
காணார்கொல் இவ்வூ ரவர்

௧௨௩:௧

மாலையோ அல்லை மணந்தார் உயிருண்ணும்
வேலைநீ வாழி பொழுது

௧௨௩:௨

புன்கண்ணை வாழி மருள்மாலை எம்கேள்போல்
வன்கண்ண தோநின் துணை

௧௨௩:௩

பனிஅரும்பிப் பைதல்கொள் மாலை துனிஅரும்பித்
துன்பம் வளர வரும்

௧௨௩:௪

காதலர் இல்வழி மாலை கொலைக்களத்து
ஏதிலர் போல வரும்

௧௨௩:௫

காலைக்குச் செய்தநன்று என்கொல் எவன்கொல்யான்
மாலைக்குச் செய்த பகை

௧௨௩:௬

மாலைநோய் செய்தல் மணந்தார் அகலாத
காலை அறிந்த திலேன்

௧௨௩:௭

காலை அரும்பிப் பகலெல்லாம் போதாகி
மாலை மலரும்இந் நோய்

௧௨௩:௮

அழல்போலும் மாலைக்குத் தூதாகி ஆயன்
குழல்போலும் கொல்லும் படை

௧௨௩:௯

பதிமருண்டு பைதல் உழக்கும் மதிமருண்டு
மாலை படர்தரும் போழ்து

௧௨௩:௧௦

பொருள்மாலை யாளரை உள்ளி மருள்மாலை
மாயும்என் மாயா உயிர்

கஉசா:க

சிறுமை நமக்கொழியச் சேட்சென்றார் உள்ளி
நறுமலர் நாணின கண்

கஉசா:உ

நயந்தவர் நல்காமை சொல்லுவ போலும்
பசந்து பனிவாரும் கண்

கஉசா:ங

தணந்தமை சால அறிவிப்ப போலும்
மணந்தநாள் வீங்கிய தோள்

கஉசா:ச

பணைநீங்கிப் பைந்தொடி சோரும் துணைநீங்கித்
தொல்கவின் வாடிய தோள்

கஉசா:ரு

கொடியார் கொடுமை உரைக்கும் தொடியொடு
தொல்கவின் வாடிய தோள்

கஉசா:சு

தொடியொடு தோள்நெகிழ நோவல் அவரைக்
கொடியர் எனக்கூறல் நொந்து

கஉசா:எ

பாடு பெறுதியோ நெஞ்சே கொடியார்க்கென்
வாடுதோட் பூசல் உரைத்து

கஉசா:அ

முயங்கிய கைகளை ஊக்கப் பசந்தது
பைந்தொடிப் பேதை நுதல்

கஉசா:கூ

முயக்கிடைத் தண்வளி போழப் பசப்புற்ற
பேதை பெருமழைக் கண்

கஉசா:க0

கண்ணின் பசப்போ பருவரல் எய்தின்றே
ஒண்ணுதல் செய்தது கண்டு

கஉ௫௰க

நினைத்தொன்று சொல்லாயோ நெஞ்சே எனைத்தொன்றும்
எவ்வநோய் தீர்க்கும் மருந்து

கஉ௫௰உ

காதல் அவரிலர் ஆகநீ நோவது
பேதைமை வாழியென் நெஞ்சு

கஉ௫௰௩

இருந்துள்ளி என்பரிதல் நெஞ்சே பரிந்துள்ளல்
பைதல்நோய் செய்தார்கண் இல்

கஉ௫௰௪

கண்ணும் கொளச்சேறி நெஞ்சே இவையென்னைத்
தின்னும் அவர்க்காணல் உற்று

கஉ௫௰௫

செற்றார் எனக்கை விடல்உண்டோ நெஞ்சேயாம்
உற்றால் உறாஅ தவர்

கஉ௫௰௬

கலந்துணர்த்தும் காதலர்க் கண்டாற் புலந்துணராய்
பொய்க்காய்வு காய்திஎன் நெஞ்சு

கஉ௫௰௭

காமம் விடுஒன்றோ நாண்விடு நன்னெஞ்சே
யானோ பொறேன்இவ் விரண்டு

கஉ௫௰௮

பரிந்தவர் நல்காரென்று ஏங்கிப் பிரிந்தவர்
பின்செல்வாய் பேதைஎன் நெஞ்சு

கஉ௫௰௯

உள்ளத்தார் காத லவரால் உள்ளிநீ
யாருழைச் சேறியென் நெஞ்சு

கஉ௫௰க0

துன்னாத் துறந்தாரை நெஞ்சத்து உடையேமா
இன்னும் இழத்தும் கவின்

கஉசா:க

காமக் கணிச்சி உடைக்கும் நிறையென்னும்
நாணுத்தாழ் வீழ்த்த கதவு

கஉசா:உ

காமம் எனவொன்றோ கண்ணின்றென் நெஞ்சத்தை
யாமத்தும் ஆளும் தொழில்

கஉசா:ங

மறைப்பேன்மன் காமத்தை யானோ குறிப்பின்றித்
தும்மல்போல் தோன்றி விடும்

கஉசா:ச

நிறையுடையேன் என்பேன்மன் யானோஎன் காமம்
மறையிறந்து மன்று படும்

கஉசா:ரு

செற்றார்பின் செல்லாப் பெருந்தகைமை காமநோய்
உற்றார் அறிவதொன்று அன்று

கஉசா:சா

செற்றவர் பின்சேறல் வேண்டி அளித்தரோ
எற்றென்னை உற்ற துயர்

கஉசா:எ

நாணென ஒன்றோ அறியலம் காமத்தால்
பேணியார் பெட்ப செயின்

கஉசா:அ

பன்மாயக் கள்வன் பணிமொழி அன்றோநம்
பெண்மை உடைக்கும் படை

கஉசா:கூ

புலப்பல் எனச்சென்றேன் புல்லினேன் நெஞ்சம்
கலத்தல் உறுவது கண்டு

கஉசா:க0

நிணந்தீயில் இட்டன்ன நெஞ்சினார்க்கு உண்டோ
புணர்ந்தூடி நிற்பேம் எனல்

கஉ௬க

வாளற்றுப் புற்கென்ற கண்ணும் அவர்சென்ற
நாளொற்றித் தேய்ந்த விரல்

கஉ௬உ

இலங்கிழாய் இன்று மறப்பின்என் தோள்மேல்
கலங்கழியும் காரிகை நீத்து

கஉ௬௩

உரன்நசைஇ உள்ளம் துணையாகச் சென்றார்
வரல்நசைஇ இன்னும் உளேன்

கஉ௬௪

கூடிய காமம் பிரிந்தார் வரவுள்ளிக்
கோடுகொ டேறுமென் நெஞ்சு

கஉ௬௫

காண்கமன் கொண்கனைக் கண்ணாரக் கண்டபின்
நீங்கும்என் மென்தோள் பசப்பு

கஉ௬௬

வருகமன் கொண்கன் ஒருநாள் பருகுவன்
பைதல்நோய் எல்லாம் கெட

கஉ௬௭

புலப்பேன்கொல் புல்லுவேன் கொல்லோ கலப்பேன்கொல்
கண்அன்ன கேளிர் விரன்

கஉ௬௮

வினைகலந்து வென்றீக வேந்தன் மனைகலந்து
மாலை அயர்கம் விருந்து

கஉ௬௯

ஒருநாள் எழுநாள்போல் செல்லும்சேண் சென்றார்
வருநாள்வைத்து ஏங்கு பவர்க்கு

கஉ௭௦

பெறின்என்னாம் பெற்றக்கால் என்னாம் உறினென்னாம்
உள்ளம் உடைந்துக்கக் கால்

கஉஅ:க

கரப்பினுங் கையிகந் தொல்லாநின் உண்கண்
உரைக்கல் உறுவதொன் றுண்டு

கஉஅ:உ

கண்ணிறைந்த காரிகைக் காம்பேர்தோட் பேதைக்குப்
பெண்நிறைந்த நீர்மை பெரிது

கஉஅ:ங

மணியில் திகழ்தரு நூல்போல் மடந்தை
அணியில் திகழ்வதொன்று உண்டு

கஉஅ:ச

முகைமொக்குள் உள்ளது நாற்றம்போல் பேதை
நகைமொக்குள் உள்ளதொன் றுண்டு

கஉஅ:ரு

செறிதொடி செய்திறந்த கள்ளம் உறுதுயர்
தீர்க்கும் மருந்தொன்று உடைத்து

கஉஅ:சா

பெரிதாற்றிப் பெட்பக் கலத்தல் அரிதாற்றி
அன்பின்மை சூழ்வ துடைத்து

கஉஅ:எ

தண்ணந் துறைவன் தணந்தமை நம்மினும்
முன்னம் உணர்ந்த வளை

கஉஅ:அ

நெருநற்றுச் சென்றார்எம் காதலர் யாமும்
எழுநாளேம் மேனி பசந்து

கஉஅ:கூ

தொடிநோக்கி மென்தோளும் நோக்கி அடிநோக்கி
அஃதாண் டவள்செய் தது

கஉஅ:க0

பெண்ணினால் பெண்மை உடைத்தென்ப கண்ணினால்
காமநோய் சொல்லி இரவு

௧௨௯:௧

உள்ளக் களித்தலும் காண மகிழ்தலும்
கள்ளுக்கில் காமத்திற் குண்டு

௧௨௯:௨

தினைத்துணையும் ஊடாமை வேண்டும் பனைத்துணையும்
காமம் நிறைய வரின்

௧௨௯:௩

பேணாது பெட்பவே செய்யினும் கொண்கனைக்
காணா தமையல கண்

௧௨௯:௪

ஊடற்கண் சென்றேன்மன் தோழி அதுமறந்து
கூடற்கண் சென்றதுஎன் னெஞ்சு

௧௨௯:௫

எழுதுங்கால் கோல்காணாக் கண்ணேபோல் கொண்கன்
பழிகாணேன் கண்ட இடத்து

௧௨௯:௬

காணுங்கால் காணேன் தவறாய காணாக்கால்
காணேன் தவறல் லவை

௧௨௯:௭

உய்த்தல் அறிந்து புனல்பாய் பவரேபோல்
பொய்த்தல் அறிந்தென் புலந்து

௧௨௯:௮

இளித்தக்க இன்னா செயினும் களித்தார்க்குக்
கள்ளற்றே கள்வநின் மார்பு

௧௨௯:௯

மலரினும் மெல்லிது காமம் சிலர்அதன்
செவ்வி தலைப்படு வார்

௧௨௯:௧௦

கண்ணின் துனித்தே கலங்கினாள் புல்லுதல்
என்னினும் தான்விதுப் புற்று

கங௦:க

அவர்நெஞ்சு அவர்க்காதல் கண்டும் எவன்நெஞ்சே
நீஎமக்கு ஆகா தது

கங௦:உ

உறாஅ தவர்க்கண்ட கண்ணும் அவரைச்
செறாஅரெனச் சேறியென் நெஞ்சு

கங௦:ங

கெட்டார்க்கு நட்டார்இல் என்பதோ நெஞ்சேநீ
பெட்டாங்கு அவர்பின் செலல்

கங௦:ச

இனிஅன்ன நின்னொடு சூழ்வார்யார் நெஞ்சே
துனிசெய்து துவ்வாய்காண் மற்று

கங௦:ரு

பெறாஅமை அஞ்சும் பெறின்பிரிவு அஞ்சும்
அறாஅ இடும்பைத்தென் நெஞ்சு

கங௦:சா

தனியே இருந்து நினைத்தக்கால் என்னைத்
தினிய இருந்ததென் நெஞ்சு

கங௦:எ

நாணும் மறந்தேன் அவர்மறக் கல்லாஎன்
மாணா மடநெஞ்சிற் பட்டு

கங௦:அ

எள்ளின் இளிவாம்என்று எண்ணி அவர்திறம்
உள்ளும் உயிர்க்காதல் நெஞ்சு

கங௦:கூ

துன்பத்திற்கு யாரே துணையாவார் தாமுடைய
நெஞ்சந் துணையல் வழி

கங௦:க௦

தஞ்சம் தமரல்லர் ஏதிலார் தாமுடைய
நெஞ்சம் தமரல் வழி

புல்லா திராஅப் புலத்தை அவர்உறும்
அல்லல்நோய் காண்கம் சிறிது

உப்பமைந் தற்றால் புலவி அதுசிறிது
மிக்கற்றால் நீள விடல்

அலந்தாரை அல்லல்நோய் செய்தற்றால் தம்மைப்
புலந்தாரைப் புல்லா விடல்

ஊடி யவரை உணராமை வாடிய
வள்ளி முதலரிந் தற்று

நலத்தகை நல்லவர்க்கு ஏஎர் புலத்தகை
பூஅன்ன கண்ணார் அகத்து

துனியும் புலவியும் இல்லாயின் காமம்
கனியும் கருக்காயும் அற்று

ஊடலின் உண்டாங்கோர் துன்பம் புணர்வது
நீடுவ தன்றுகொல் என்று

நோதல் எவன்மற்று நொந்தாரென்று அஃதறியும்
காதலர் இல்லா வழி

நீரும் நிழலது இனிதே புலவியும்
வீழுநர் கண்ணே இனிது

ஊடல் உணங்க விடுவாரோடு என்நெஞ்சம்
கூடுவேம் என்பது அவா

க௩௨:க

பெண்ணியலார் எல்லாரும் கண்ணின் பொதுஉண்பர்
நண்ணேன் பரத்தநின் மார்பு

க௩௨:௨

ஊடி இருந்தேமாத் தும்மினார் யாம்தம்மை
நீடுவாழ் கென்பாக் கறிந்து

க௩௨:௩

கோட்டுப்பூச் சூடினும் காயும் ஒருத்தியைக்
காட்டிய சூடினீர் என்று

க௩௨:௪

யாரினும் காதலம் என்றேனா ஊடினாள்
யாரினும் யாரினும் என்று

க௩௨:௫

இம்மைப் பிறப்பில் பிரியலம் என்றேனாக்
கண்நிறை நீர்கொண் டனள்

க௩௨:௬

உள்ளினேன் என்றேன்மற் றென்மறந்தீர் என்றென்னைப்
புல்லாள் புலத்தக் கனள்

க௩௨:௭

வழுத்தினாள் தும்மினேன் ஆக அழித்தழுதாள்
யாருள்ளித் தும்மினீர் என்று

க௩௨:௮

தும்முச் செறுப்ப அழுதாள் நுமர்உள்ளல்
எம்மை மறைத்திரோ என்று

க௩௨:௯

தன்னை உணர்த்தினும் காயும் பிறர்க்கும்நீர்
இந்நீரர் ஆகுதிர் என்று

க௩௨:க0

நினைத்திருந்து நோக்கினும் காயும் அனைத்துநீர்
யாருள்ளி நோக்கினீர் என்று

இல்லை தவறவர்க்கு ஆயினும் ஊடுதல்
வல்லது அவர்அளிக்கு மாறு

ஊடலின் தோன்றும் சிறுதுனி நல்லளி
வாடினும் பாடு பெறும்

புலத்தலின் புத்தேள்நாடு உண்டோ நிலத்தொடு
நீரியைந் தன்னார் அகத்து

புல்லி விடாஅப் புலவியுள் தோன்றுமென்
உள்ளம் உடைக்கும் படை

தவறிலர் ஆயினும் தாம்வீழ்வார் மென்றோள்
அகறலின் ஆங்கொன் றுடைத்து

உணலினும் உண்டது அறல்இனிது காமம்
புணர்தலின் ஊடல் இனிது

ஊடலில் தோற்றவர் வென்றார் அதுமன்னும்
கூடலிற் காணப் படும்

ஊடிப் பெறுகுவம் கொல்லோ நுதல்வெயர்ப்பக்
கூடலில் தோன்றிய உப்பு

ஊடுக மன்னோ ஒளியிழை யாமிரப்ப
நீடுக மன்னோ இரா

ஊடுதல் காமத்திற்கு இன்பம் அதற்கின்பம்
கூடி முயங்கப் பெறின்

www.ingramcontent.com/pod-product-compliance
Lightning Source LLC
Chambersburg PA
CBHW041609260326
41914CB00012B/1437
9781951702588